കൊളസ്ട്രോൾ നിങ്ങൾക്ക് നിയന്ത്രിക്കാം

cholestrol ningalkku niyanthrikam

●

dr. p k sukumaran

●

first edition
january 2017

●

second edition
january 2018

●

typesetting & published
chintha publishers, thiruvananthapuram

●

●

cover
vee cee abhilash

●

വിതരണം

ദേശാഭിമാനി ബുക്ക് ഹൗസ്

H O തിരുവനന്തപുരം–695 035
phone: 0471-2303026, 6063026
www.chinthapublishers.com
chinthapublishers@gmail.com

ബ്രാഞ്ചുകൾ

ഹെഡ്ഡാഫീസ് ബ്രാഞ്ച് കുന്നുകുഴി ● സ്റ്റാച്യു തിരുവനന്തപുരം ● കെ എസ്
ആർ ടി സി ബസ് സ്റ്റേഷൻ ആലപ്പുഴ ● കെ എസ് ആർ ടി സി ബസ്
സ്റ്റേഷൻ എറണാകുളം ● മച്ചിങ്ങൽ ലെയിൻ തൃശൂർ ● ഐ ജി റോഡ് കോഴി
ക്കോട് ● മാവൂർ റോഡ് കോഴിക്കോട് ● എൻ ജി ഒ യൂണിയൻ ബിൽഡിങ്
കണ്ണൂർ ● സെൻട്രൽ ബസ് ടെർമിനൽ കോംപ്ലക്സ് താവക്കര കണ്ണൂർ

CR - 1802 / 4541
ISBN - 978-93-86364-29-6

കൊളസ്ട്രോൾ നിങ്ങൾക്ക് നിയന്ത്രിക്കാം

ഡോ. പി കെ സുകുമാരൻ

ചിന്ത പബ്ലിഷേഴ്സ്
തിരുവനന്തപുരം-695 035
വില: ₹ 100

ഡോ. പി കെ സുകുമാരൻ

1943 ഏപ്രിൽ 10 ന് ജനിച്ചു. അച്ഛൻ സി കൃഷ്ണൻകുട്ടി. അമ്മ: കെ ആർ ഭാനുമതി. രണ്ടുപേരും അന്തരിച്ചു. കോഴിക്കോട് മെഡിക്കൽ കോളേജിൽനിന്ന് എം ബി ബി എസ് പാസായി. സൈക്യാട്രിയിൽ ഡി പി എം റാഞ്ചി യൂണിവേഴ്സിറ്റിയിൽനിന്ന് നേടി. 30 വർഷം കേരള ആരോ ഗ്യവകുപ്പിൽ സൈക്യാട്രിസ്റ്റായി സേവനം അനുഷ്ഠിച്ചു. ഡെപ്യൂട്ടി ഡയറക്ടറായി വിരമിച്ചു.

എഫ് സി ജി പി, ഇന്ത്യൻ സൈക്യാട്രിക് സൊസൈറ്റി, ഇന്ത്യൻ മെഡിക്കൽ അസോസിയേഷൻ ഇവയിൽ ആയു ഷ്കാല മെമ്പർ.

പ്രധാനകൃതികൾ: *മതവും ശാസ്ത്രവും മതവിശ്വാസവും ശാസ്ത്രവീക്ഷണവും, ജ്യോത്സ്യം യജ്ഞം മന്ത്രവാദം, വിശ്വാസവും ശാസ്ത്രാവബോധവും.*

ബാലസാഹിത്യം: *ചാൾസ് ഡാർവിൻ ഒരു ശാസ്ത്രവിപ്ലവ ത്തിന്റെ കഥ, സാമൂഹികം: മണ്ഡൽ കമ്മീഷൻ റിപ്പോർട്ട്.*

അവാർഡുകൾ: അംബേദ്കർ അവാർഡ്, നാഷണൽ അവാർഡ്, സർഗ്ഗ സ്വരം അവാർഡ്,

യു കെ, യു എസ്, ഫ്രാൻസ്, ഇറ്റലി, ജർമ്മനി, നേപ്പാൾ എന്നീ രാജ്യങ്ങൾ സന്ദർശിച്ചു.

ഭാര്യ   : കെ സി രത്നവല്ലി
           (മാനേജർ, പ്രശാന്തി ക്ലിനിക്)
വിലാസം : പ്രശാന്തി മൻസിൽ, ശങ്കരയ്യ റോഡ്,
           തൃശൂർ - 4680 004
ഫോൺ   : 0487 2382283, 2382020
Clinic   : 2381622
Mob   : 9495248050, 9567783824,
Email   : drpksukumaran@dataone.in,
           drsukumaranpk@yahoo.co.uk
           drpksukumaran@gmail.com

ഉള്ളടക്കം

പ്രസാധകക്കുറിപ്പ്

ജീവിതശൈലിയുമായി ബന്ധപ്പെട്ടുണ്ടാകുന്ന രോഗങ്ങൾ വർദ്ധിച്ചുവരുകയാണ്. ഹൃദ്രോഗങ്ങൾക്കും മറ്റ് പല രോഗ ങ്ങൾക്കും കാരണം കൊളസ്ട്രോളാണെന്ന് സാമാന്യമായി വിശ്വസിക്കപ്പെടുന്നു. എന്നാൽ എന്താണ് കൊളസ്ട്രോൾ? അതിന്റെ ധർമ്മങ്ങൾ ഏവ? കൊളസ്ട്രോളിന്റെ അഭികാ മ്യമായ അളവെത്ര? ഇതിനെപ്പറ്റിയെല്ലാം വ്യക്തമായ ധാര ണയില്ലായ്മ പല അബദ്ധങ്ങൾക്കും അപകടങ്ങൾക്കും ചൂഷണത്തിന് ഇരയാകുന്നതിനും ഇടയാക്കുന്നുണ്ട്. കൊള സ്ട്രോളിനെപ്പറ്റി അറിയേണ്ടതെല്ലാം ഉൾക്കൊള്ളിച്ചുകൊ ണ്ടുള്ള പുസ്തകമാണിത്. കൊളസ്ട്രോൾ നിർവ്വഹിക്കുന്ന ധർമ്മങ്ങൾ നിയന്ത്രിക്കേണ്ട രീതികൾ, ഭക്ഷണം വ്യായാമം എന്നിവയിലെ ക്രമീകരണം, കൊളസ്ട്രോളിനെപ്പറ്റി സാധാ രണക്കാർക്കുള്ള തെറ്റിദ്ധാരണ മാറ്റിയെടുക്കൽ തുടങ്ങി വിപുലമായ ആരോഗ്യപ്രശ്നങ്ങളിലേക്ക് ഇറങ്ങിച്ചെല്ലുന്ന ഈ പുസ്തകം ആരോഗ്യത്തെപ്പറ്റി ആലോചിക്കുന്ന വർക്കെല്ലാം സഹായകരമായിരിക്കും. ഈ പുസ്തക ത്തിന്റെ രണ്ടാം പതിപ്പും വായനക്കാർ സ്വീകരിക്കും എന്നു പ്രതീക്ഷിക്കുന്നു.

ചിന്ത പബ്ലിഷേഴ്സ്

ഒന്നാം ഭാഗം
കൊളസ്ട്രോളിന്റെ
ഉത്ഭവവും ചയാപചയവും

ഹൃദ്രോഗം, സ്ട്രോക്(stroke) എന്നീ ഗുരുതരരോഗങ്ങളിൽ ഒരു പ്രധാന വില്ലൻ കഥാപാത്രം കൊളസ്ട്രോളാണ്. അതുകൊണ്ട് കൊളസ്ട്രോൾ എന്ന വില്ലൻ അപകടമാണ്, അനാവശ്യമാണ്, അവനെ കളയണം എന്നൊരു ധാരണ പൊതുവെയുണ്ട്. പക്ഷേ, നമ്മുടെ പുരുഷ സ്ത്രീ ഹോർമോണുകൾ, കോർട്ടിസോൺ, പിത്തനീർ എന്നിവ ഉല്പാ ദിപ്പിക്കുവാൻ ആവശ്യമായ സുപ്രധാനമായ ജൈവരാസവസ്തുവാണ് കൊളസ്ട്രോൾ എന്ന് ഓർക്കണം. കോശങ്ങളുടെ ആരോഗ്യം, ത്വക്കിന്റെ ആരോഗ്യം, സൗന്ദര്യം എന്നിവയ്ക്കും കൊളസ്ട്രോൾ തന്നെ വേണം.

കൊളസ്ട്രോൾ ഒരു പുറംപാളിപോലെ നമ്മുടെ ചർമ്മത്തെ സംരക്ഷിച്ച് അതിലെ ജലം പിടിച്ച് നിർത്തുന്നു. ഉപദ്രവകരങ്ങളായ രാസ പദാർത്ഥങ്ങളിൽനിന്നും ശരീരത്തെ സംരക്ഷിക്കുന്നു. കോശഭിത്തികൾ നിലനില്ക്കണമെങ്കിൽ കൊളസ്ട്രോൾ വേണം. കോശഭിത്തിയിൽക്കൂടി യാണ് പല സുപ്രധാന രാസപ്രവർത്തനങ്ങളും നടക്കുന്നത്.

കൊളസ്ട്രോൾ പൗരാണികമായി സൗന്ദര്യവുമായി ബന്ധപ്പെട്ടിരി ക്കുന്നു. നിങ്ങൾ പാടിക്കേട്ടിരിക്കും, 'നീലാഞ്ജനത്തിൽ നീരാടി നിന്ന നേര'ത്തെപ്പററി, 'അഞ്ജനക്കണ്ണെഴുതി ആലിലത്താലി ചാർത്തി കാത്തി രുന്നവളെപ്പററി'യെല്ലാമെല്ലാം. നിങ്ങളുടെ ആ നീലാഞ്ജനക്കല്ലുകൾ കൊളസ്ട്രോളുകളാണ്. അതെ ആ മനോഹരമായ കല്ലുകളിലുള്ളത് കൊളസ്ട്രോളുകളാണ്. പൗരാണികമായ സൗന്ദര്യസംവർദ്ധകവസ്തു ക്കളായ ആ കല്ലുകൾ കാളകളുടെ പിത്തക്കല്ലുകളാണെന്ന് (Gall stones) നിങ്ങൾക്കറിയാമോ? ഒട്ടും വിശ്വാസം വരുന്നില്ല അല്ലേ? പക്ഷേ, ശരി യാണ്.

മാത്രമല്ല, ശരീരത്തിനാവശ്യമായ കൊഴുപ്പിലലിയുന്ന എ, ഡി, ഇ, കെ

എന്നീ വിറ്റാമിനുകൾ വഹിച്ചുകൊണ്ടുപോകുവാൻ കൊളസ്ട്രോൾ ആവ ശ്യമാണ്. ഭക്ഷണത്തിലെ കൊഴുപ്പ് ഘടകങ്ങളെ വലിച്ചെടുക്കുവാനും കൊളസ്ട്രോൾ തന്നെ വേണം. ഈ വിറ്റാമിൻകൂട്ടത്തിലെ വിറ്റാമിൻ ഡി ഉല്പാദിപ്പിക്കുന്നത് കൊളസ്ട്രോൾ ആണ്.

ഈസ്ട്രജൻ, പ്രോജസ്റ്റ്രോൺ എന്ന സ്ത്രീ ഹോർമോണുകൾ, പുരുഷഹോർമോണായ ടെസ്റ്റോസ്ട്രോൺ, അഡ്രിനൽ ഹോർമോണായ കോർട്ടിസോൺ, ആൽഡോസ്ട്രോൺ തുടങ്ങിയ ഹോർമോണുകളുടെ ഉല്പാദനത്തിനും കൊളസ്ട്രോൾ ആവശ്യമാണ്. ശാരീരികപ്രവർത്ത നത്തിന് ആവശ്യമുള്ളതിൽ കൂടുതലുണ്ടാവുകയും അത് ആരോഗ്യ പ്രശ്നങ്ങളുണ്ടാക്കുകയും ചെയ്യുമ്പോഴാണ് കൊളസ്ട്രോൾ കുറ യ്ക്കേണ്ടി വരുന്നത്.

മിക്കപ്പോഴും ആരോഗ്യകരമായ ഭക്ഷണരീതി, പതിവായ വ്യായാമം, എന്നിവ കൊണ്ടുമാത്രം കൂടിയ കൊളസ്ട്രോൾ കുറയ്ക്കാൻ കഴിയും. അതാണ് നാം കൂടുതൽ ശ്രദ്ധ ചെലുത്തേണ്ടത്. ചില സന്ദർഭങ്ങളിൽ മരുന്നുകൾ കഴിക്കേണ്ടി വരും.

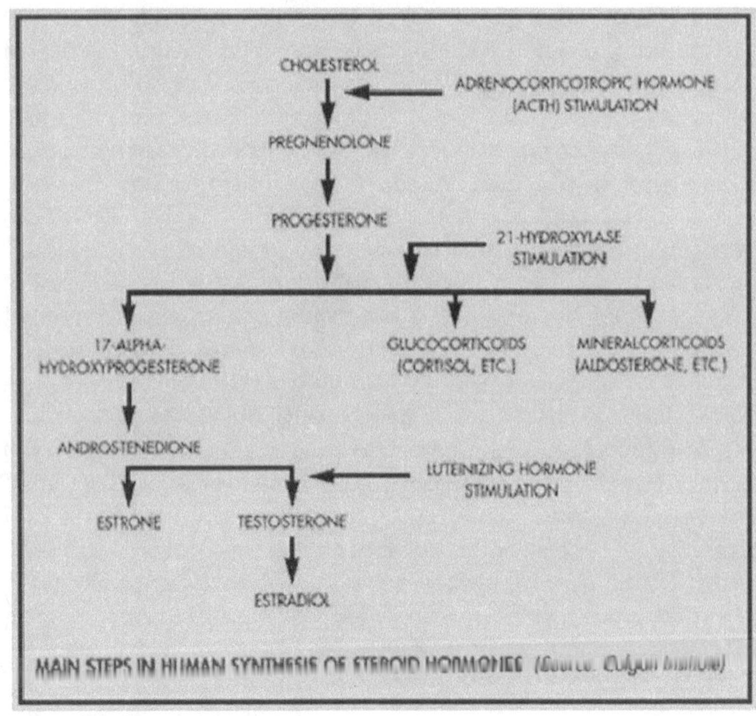

കൊളസ്ട്രോൾ വിവിധ ഹോർമോണുകൾ ഉല്പാദിപ്പിക്കുന്ന വിധം

കൊളസ്ട്രോൾ വിവിധ ഹോർമോണുകൾ ഉല്പാദിപ്പിക്കുന്ന വിധം

കൊളസ്ട്രോൾ ആവശ്യത്തിൽ കൂടുതലുണ്ടാവുകയും ധമനികളിൽ അടിഞ്ഞു കൂടുകയും ചെയ്യുന്നതാണ് അപകടം. കൊളസ്ട്രോൾ കാഴ്ചയ്ക്ക് മെഴുകുപോലുള്ളതാണ്. ശരിക്കും കൊഴുപ്പല്ല. പ്രധാന മായും കരളിലാണ് ഇത് ഉല്പാദിപ്പിക്കപ്പെടുന്നത്. നാം കഴിക്കുന്ന ഭക്ഷ ണത്തിലും കൊളസ്ട്രോൾ ഉണ്ടാകാം. ഇപ്രകാരം രണ്ടു വഴിയിലൂടെ കൊളസ്ട്രോൾ ശരീരത്തിലെത്തുന്നു.

ശരീരത്തിൽ പല തരം കൊഴുപ്പുകളുണ്ട്. എന്നാൽ അവയുടെ അളവ് കൂടുമ്പോഴാണ് അപകടകരമായ ഹൃദ്രോഗം, സ്ട്രോക് എന്നി വയ്ക്ക് കാരണമാകുന്നത്. കൊളസ്ട്രോളും പ്രോട്ടീനും കൂടിച്ചേരുന്ന യൗഗികത്തെ ലൈപ്പോപ്രോട്ടീൻ എന്നു പറയുന്നു. ഇവയെ പൊതുവെ രണ്ടു തരമായി തരം തിരിച്ചിരിക്കുന്നു. നല്ലതും ചീത്തയും. ഇതിൽ സാന്ദ്രത കൂടിയ ഹൈ ഡെൻസിറ്റി ലൈപ്പോപ്രോട്ടീനെ നല്ല കൊള സ്ട്രോളായും സാന്ദ്രത കുറഞ്ഞ ലോ ഡെൻസിറ്റി ലൈപ്പോപ്രോട്ടീനെ ചീത്ത കൊളസ്ട്രോളായും കണക്കാക്കപ്പെടുന്നു.

ലോ ഡെൻസിറ്റി ലൈപ്പോപ്രോട്ടീൻ

ഇവ കരളിൽനിന്നും കൊളസ്ട്രോളിനെ കോശത്തിലേക്ക് കൊണ്ടു പോകുന്നു. കോശങ്ങളുടെ പ്രവർത്തനത്തിന് ഇത് ആവശ്യമാണ്. ഇത് കൂടുതലായാൽ ധമനികളിൽ പറ്റിപ്പിടിച്ച് ഹൃദ്രോഗവും സ്ട്രോക്കും മറ്റു ഗുരുതരമായ രോഗങ്ങളുമുണ്ടാക്കുന്നു. അതുകൊണ്ടാണ് ഇതിനെ ചീത്ത കൊളസ്ട്രോൾ എന്നു പറയുന്നത്.

ഹൈ ഡെൻസിറ്റി ലൈപ്പോപ്രോട്ടീൻ

ഇതിന്റെ പ്രവൃത്തി നേർവിപരീതമാണ്. കോശങ്ങളിൽനിന്നും കൊളസ്ട്രോൾ കരളിലേക്ക് തിരിച്ചു കൊണ്ടു വരുന്നു. ഈ നല്ല സേവ നത്തിന് പ്രത്യുപകാരമായി നാം അതിനെ നല്ല കൊളസ്ട്രോൾ എന്നു പറഞ്ഞ് അഭിനന്ദിക്കുന്നു.

ഈ രണ്ടു കൊളസ്ട്രോളും നമുക്ക് രക്തം പരിശോധിച്ചാലറിയാം. ഓരോന്നിന്റെയും നിലവാരം അപകടനിലയിലാണോ എന്നെല്ലാം മുൻകൂട്ടി അറിയുന്നത് രോഗപ്രതിരോധത്തിന് സുപ്രധാനമാണ്.

കൊളസ്ട്രോൾ കുറയ്ക്കുന്നതിന്റെ ആവശ്യകത

ഗവേഷണങ്ങൾ വ്യക്തമായ തെളിവ് നല്കുന്നത് ഉയർന്ന കൊളസ്ട്രോൾ പഴയ പൈപ്പുകൾ ചുരുങ്ങുന്നതുപോലെ രക്തക്കുഴലു കളിൽ അടിഞ്ഞു കൂടി അതിന്റെ വ്യാസം ചുരുക്കി സുപ്രധാന അവയ

വങ്ങളിലേക്കുള്ള രക്ത ഓട്ടം തകരാറിലാക്കുന്നു എന്നാണ്. അതിനെ യാണ് അഥിരോസ്ക്ലിറോസിസ് (atherosclerosis) എന്നു പറയുന്നത്. ഇതുകാരണം ഹൃദയാഘാതം, പക്ഷപാതം മുതലായ സ്ട്രോക്കുകളും, ചെറിയ സ്ട്രോക്കുകളായ ട്രാൻസിയന്റ് ഇസ്കീമിക് അറ്റാക് (transient ischaemic attack, TIA) എന്നിവയും വരാം. സുപ്രധാന അവയവ ങ്ങളിലേക്കുള്ള രക്ത ഓട്ടം തടസ്സപ്പെടുന്നതുകൊണ്ടാണ് ഇപ്രകാരം സംഭവിക്കുന്നത്.

Gerry's Cholesterol Numbers	My Score (mg/dl)	Reference Range (mg/dl)
Total Cholesterol	142	125 – 200
HDL Cholesterol	58	> = 40
Cholesterol / HDL Ratio	2.4	< = 5.0
LDL Cholesterol, Calculated	70	< 130

ഒരു ആരോഗ്യമുള്ള വ്യക്തി(ജെറി)യുടെ കൊളസ്ട്രോൾ പരിശോധന ഫലം

ഇപ്രകാരം സംഭവിക്കുന്നത് കൊളസ്ട്രോൾ ധമനികളിൽ പറ്റിപ്പിടിച്ച് അടിഞ്ഞു കൂടുമ്പോഴാണ്. ഇത് രക്തത്തിന്റെ സുഗമമായ ഓട്ടത്തിന് തടസ്സം സൃഷ്ടിക്കുന്നു. അപ്രകാരമുണ്ടായാൽ ഹൃദയം, മസ്തിഷ്കം എന്നീ സുപ്രധാന കേന്ദ്രങ്ങളുടെ പ്രവർത്തനം തടസ്സപ്പെട്ട് ഗുരുതര രോഗ ങ്ങളുണ്ടാകുന്നു. രക്തം കട്ട പിടിക്കലും ഇതോടൊപ്പം സംഭവി ക്കുന്നതാണ്. ഹൃദയത്തിലേക്കുള്ള രക്തയോട്ടം തടസ്സപ്പെടുമ്പോഴാണ് നെഞ്ചുവേദന എന്ന അഞ്ജൈന മുതൽ ഗുരുതരമായ ഹൃദയാഘാതം വരെ ഉണ്ടാകുന്നത്.

1. രക്തത്തിൽ കൊളസ്ട്രോൾ കൂടുന്നതിന്റെ കാരണങ്ങൾ

1. **അനാരോഗ്യകരമായ ഭക്ഷണം.** കൊളസ്ട്രോൾ അടങ്ങിയ ഭക്ഷണം അനാരോഗ്യകരമാണ്. അവയിൽ സാച്ചുറേറ്റഡ് കൊഴു പ്പുകൾ കൂടുതലായിരിക്കും

2. **പുകവലി.** പുകയിലയിലെ അക്രോലിൻ (acrolein) എന്ന രാസ വസ്തു നല്ല കൊളസ്ട്രോൾ ആയ ഹൈ ഡെൻസിറ്റി ലൈപ്പോ പ്രോട്ടീൻ ലോ ഡെൻസിറ്റി ലൈപ്പോപ്രോട്ടീൻ കൊളസ്ട്രോളിനെ

കരളിലേക്ക് അയച്ച് അവിടെ വെച്ച് ചയാപചയം ചെയ്യുന്നതില്‍ നിന്നും തടയുന്നു. അപ്രകാരം ലോ ഡെന്‍സിറ്റി ലൈപ്പോപ്രോട്ടീന്‍ കൊളസ്ട്രോള്‍ ധമനികളില്‍ അടിഞ്ഞുകൂടി രോഗങ്ങളുണ്ടാക്കുന്നു.

3. രക്തസമ്മര്‍ദ്ദം കൊളസ്ട്രോള്‍ കൂട്ടും.

4. ഇപ്രകാരം തന്നെ പ്രമേഹവും കൊളസ്ട്രോള്‍ കൂട്ടുന്നു.

5. ഇത് രണ്ടിനുമൊപ്പം പുകവലിയും കൂടിയുണ്ടായാല്‍ അപകട സാദ്ധ്യത പല മടങ്ങ് വര്‍ദ്ധിക്കുന്നു. അതുകൊണ്ട് ഈ രണ്ടു രോഗ ത്തോടൊപ്പം പുകവലിയുമുള്ളവര്‍ വേഗം തന്നെ പുകവലി നിര്‍ത്തി കൊളസ്ട്രോള്‍ നല്ലവണ്ണം കുറയ്ക്കേണ്ടതാണ്.

6. കൊളസ്ട്രോള്‍ കൂടുക, ഹൃദ്രോഗം, സ്ട്രോക്ക് എന്നിവ കുടുംബ ത്തിലാര്‍ക്കെങ്കിലും ഉള്ളവരില്‍ ഇതിനുള്ള സാദ്ധ്യത വളരെ കൂടു തലാണ്.
അവരും കൊളസ്ട്രോള്‍ നല്ല വണ്ണം കുറയ്ക്കണം.

7. പ്രായം. വയസ്സാകുന്നതോടെ കൊളസ്ട്രോള്‍ കൂടുതല്‍ കാണാ റുണ്ട്.

8. മദ്യപാനം കൊളസ്ട്രോള്‍ കൂട്ടുന്ന സുപ്രധാന ഘടകമാണ്. അതു പലരും ഓര്‍ക്കാറില്ല.

9. വൃക്കരോഗമായ നെഫ്രോട്ടിക് സിന്‍ഡ്രോമില്‍ (nephrotic syn-drome) കൊളസ്ട്രോള്‍ കൂടും.

10. പുരുഷനാകുക. പുരുഷന്മാരില്‍ കൊളസ്ട്രോള്‍ കൂടുതലാണ്. മാസമുറ അവസാനിക്കുന്ന സ്ത്രീകളിലും പുരുഷന്മാരെപ്പോലെ തന്നെ കൊളസ്ട്രോള്‍ കൂടാം.

11. വ്യായാമമില്ലായ്മ കൊളസ്ട്രോള്‍ കൂട്ടും.

12. ശരീരഭാരം കൂടിയാല്‍ കൊളസ്ട്രോള്‍ കൂടും.

13. തൈറോയ്ഡ് ഗ്രന്ഥി പ്രവര്‍ത്തനം കുറഞ്ഞാല്‍ കൊളസ്ട്രോള്‍ കൂടും.

14. പാരമ്പര്യം. ചില കുടുംബങ്ങളില്‍ കൊളസ്ട്രോള്‍ കൂടി കാണാ റുണ്ട്. അത്തരക്കാര്‍ക്ക് നേരത്തെ ഹൃദ്രോഗം വരാം.
കുടുംബപരമായി കൊളസ്ട്രോള്‍ കൂടുതല്‍ കാണുന്നവരില്‍ നല്ല കൊളസ്ട്രോള്‍ കുറയ്ക്കാനുള്ള ഭക്ഷണം കഴിച്ചാലും കൊളസ്ട്രോള്‍ കൂടുതലായി കാണും. ഇത്തരക്കാരും വളരെ കാര്യ മായി കൊളസ്ട്രോള്‍ കുറയ്ക്കണം.

നമുക്ക് ദിവസേന കാണുന്ന ചില ഉദാഹരണങ്ങളിലേക്ക് പോകാം. രാധാകൃഷ്ണന് 35 വയസ്സേയുള്ളൂ. പൊലീസ് ഹെഡ്കോണ്‍സ്റ്റബി ളാണ്. അദ്ദേഹത്തിന് പ്രമേഹവും രക്തസമ്മര്‍ദ്ദവുമില്ല. പക്ഷേ, നെഞ്ചു വേദന വന്ന് കാര്‍ഡിയോളജിസ്റ്റിനെ കാണിച്ചപ്പോഴാണ് അപ്രതീക്ഷിത മായ ഒരു കാര്യം വ്യക്തമായത്. കൊളസ്ട്രോള്‍ വളരെ കൂടുതലായി രുന്നു. അഞ്ചെനയുമുണ്ട്. രക്തപരിശോധനകളും ഇ സി ജിയും ഇതിന് തെളിവായിരുന്നു. നല്ല കൊളസ്ട്രോളായ എച്ച് ഡി എല്‍ കുറവും എല്‍

ഡി എല്ലും, വി എൽ ഡി എല്ലും കൂടുതലുമായിരുന്നു. കുടുംബത്തിൽ പലർക്കും ഹൃദ്രോഗം നേരത്തെ വന്നിരുന്നു. പലർക്കും സ്ട്രോക്കും ഉണ്ടായിരുന്നു. അഞ്ചൈനയും കൊളസ്ട്രോളും കാർഡിയോളജിസ്റ്റിന്റെ നിർദ്ദേശത്തിൽ ചികിത്സിച്ച് ഭേദമായി.

എഴുപത് വയസ്സുള്ള ചാർട്ടേഡ് അക്കൗണ്ടന്റ് സുകുമാരമേനോൻ തിരക്കുള്ള പ്രൊഫഷണലാണ്. സാധാരണ മെഡിക്കൽ ചെക്കപ്പും ലാബ് പരിശോധനകളും പതിവായി ചെയ്യാറുണ്ട്. ഒരിക്കൽ ഇ സി ജി പരിശോധിച്ചപ്പോൾ അതിൽ തകരാറുണ്ട്. രക്തപരിശോധനയിൽ അതു ശരിവയ്ക്കുന്ന തെളിവും കണ്ടു. കൊളസ്ട്രോൾ കൂടുതലായിരുന്നു. രക്തസമ്മർദ്ദം കുറച്ചു കൂടുതലായിരുന്നു. അദ്ദേഹത്തിന് കൊറോണറി ബൈപ്പാസ് ഓപ്പറേഷൻ ചെയ്യേണ്ടി വന്നു. അതോടൊപ്പം കൊളസ്ട്രോ ളിനും രക്തം കട്ടപിടിക്കാതിരിക്കാനുള്ള മരുന്നും രക്തസമ്മർദ്ദത്തിനുള്ള മരുന്നും കഴിച്ചതോടെ രോഗം പൂർണ്ണമായി മാറി.

ബാലകൃഷ്ണൻ 52 വയസ്സ്, അദ്ദേഹം ഒരു മെഡിക്കൽ ക്യാമ്പിൽ പരിശോധിച്ചപ്പോഴാണ് കൊളസ്ട്രോളും, പ്രഷറും, പ്രമേഹവുമുണ്ടെന്ന് മനസ്സിലായത്. ശരീരം ക്ഷീണിക്കലും, തൂക്കക്കുറവും, ദാഹവുമായിരുന്നു ലക്ഷണങ്ങൾ. പ്രഷറിന്റെയും പ്രമേഹത്തിന്റെയും കൂടെ കൊളസ്ട്രോൾ ഉള്ളതിനാൽ അവയും കൊളസ്ട്രോളും വളരെ നല്ലവണ്ണം നിയന്ത്രിക്ക ണമെന്ന് അദ്ദേഹത്തോട് ഉപദേശിക്കുകയുണ്ടായി. കാരണം ഇവയെല്ലാം കൂടി പരസ്പര പൂരകമായി പ്രവർത്തിച്ച് സ്ട്രോക്കും ഹൃദ്രോഗവും വരാ നുള്ള സാദ്ധ്യത പല മടങ്ങ് വർദ്ധിക്കും.

ശശീന്ദ്രൻ 36 വയസ്സ് ഒരു താലൂക്ക് ഓഫീസ് ക്ലർക്കാണ്. കുട്ടിക്കാ ലത്ത് ചൊറിപിടിച്ചതിനുശേഷം മൂത്രത്തിലൂടെ ആൽബുമിൻ (albumin) പോക്കും നീരും ഉണ്ടായിരുന്നു. പിന്നീട് വലിയ പ്രശ്നമൊന്നുമുണ്ടായി രുന്നില്ല. അടുത്ത കാലത്ത് ഫിസിഷ്യൻ പരിശോധിച്ചപ്പോഴാണ് പ്രമേ ഹവും പ്രഷറും കൂടാതെ ഗൗരവ വൃക്കരോഗമായ നെഫ്രോട്ടിക് സിൻഡ്രോമും (nephrotic syndrome) ഉണ്ടെന്ന് മനസ്സിലായത്. ഇത് നെഫ്റോളജിസ്റ്റിന്റെയും(nephrologist), പ്രമേഹവിദഗ്ദ്ധന്റെയും, ഫിസി ഷ്യന്റെയും മേൽനോട്ടത്തിൽ ചികിത്സിക്കേണ്ട സങ്കീർണ്ണ രോഗമായി ക്കഴിഞ്ഞു. അദ്ദേഹത്തിന് കൊളസ്ട്രോൾ നിയന്ത്രണം നല്ലവണ്ണം ചെയ്യേണ്ടി വരും.

ബക്കർ 40 വയസ്സ് ഒരു പഴക്കച്ചെവടക്കാരനാണ്. നല്ലവണ്ണം പുക വലിക്കും. മദ്യപാനമില്ല. ഒരിക്കൽ ഹൃദ്രോഗം വന്നതാണ്. പ്രഷറും പ്രമേ ഹവും ശരിക്ക് നിയന്ത്രിക്കാതെയും പുകവലി നിർത്താതെയും തുടർന്ന തിനാൽ വീണ്ടും ഹൃദ്രോഗബാധ ഉണ്ടായി. രക്തപരിശോധനയിൽ കൊളസ്ട്രോളും കൂടുതലാണ്. ഇദ്ദേഹവും മറ്റ് രോഗങ്ങളോടൊപ്പം കൊളസ്ട്രോളും നന്നായി കുറയ്ക്കണം.

രാജൻ നായർ 67 വയസ്സ് റിട്ടയേഡ് ബാങ്ക് ഉദ്യോഗസ്ഥനാണ്. നല്ല തടിയുള്ള വ്യക്തിയാണ്. അദ്ദേഹത്തിന്റെ ഫിസിഷ്യൻ അദ്ദേഹത്തെ

പ്രഷറിനും പ്രമേഹത്തിനും കൊളസ്ട്രോളിനും ചികിത്സിക്കുന്നുണ്ട്. നല്ലപോലെ മദ്യപിക്കുകയയും രണ്ട് പായ്ക്കറ്റ് സിഗററ്റ് ദിവസേന വലിക്കു കയും ചെയ്യുന്നുണ്ട്. എന്നാലും ഈ പ്രായത്തിലും ഇതുവരെ ഹൃദ്രോ ഗമോ സ്ട്രോക്കോ ഒന്നും വന്നിട്ടില്ല. പക്ഷേ, മഹോദരത്തിന്റെ തുടക്കം ആരംഭിച്ചതായി പരിശോധനയിൽ മനസ്സിലായിരുന്നു. ജനിതകമായ കാര ണങ്ങൾ ഓരോ രോഗത്തിനും പിന്നിലുണ്ട്. ജനിതക കാരണം അദ്ദേഹ ത്തിന് ചില രോഗങ്ങളിൽനിന്നും രക്ഷ നല്കി. പക്ഷേ, കരൾ രോഗ ത്തിൽനിന്നും രക്ഷ കിട്ടിയില്ല.

രമേശ് 60 വയസ്സ്. ചെറിയ കച്ചവടക്കാരനാണ്. അമിതഭാരവും, പ്രഷറും, കൊളസ്ട്രോളും ഉണ്ട്. ഭക്ഷണം നിയന്ത്രിക്കണമെന്ന ഉപദേശം ചെവികൊണ്ടില്ല. ഒരു ദിവസം രാവിലെ എഴുന്നേറ്റപ്പോഴാണ് പെട്ടെന്ന് ഒരു ഭാഗം തളർന്നെന്ന് മനസ്സിലായത്. മറ്റു ഘടകങ്ങളും കൂടെയുണ്ടാ കുമ്പോൾ അവയോടൊപ്പം കൊളസ്ട്രോളും കർശനമായി നിയന്ത്രി ക്കണം.

രാജി മേനോൻ എ ജി ഓഫീസ് സൂപ്രണ്ടാണ്. പ്രമേഹവും പ്രഷറും കൊളസ്ട്രോളുമുണ്ട്. വയസ്സ് 50 ആണ്. ഒരു ദിവസം രാവിലെ വ്യായാമം ചെയ്തുകൊണ്ടിരിക്കുമ്പോൾ നെഞ്ചുവേദന അനുഭവപ്പെട്ടു. പരിശോ ധിച്ചപ്പോൾ ഇ സി ജിയിലും രക്തത്തിലും ഹൃദ്രോഗലക്ഷണമുണ്ട്. ഇവിടെ മാസമുറ നിന്ന കാലമായതുകൊണ്ട് അവർക്ക് പുരുഷന്മാ രോടൊപ്പമുള്ള ഹൃദ്രോഗസാദ്ധ്യതയുണ്ട്.

ഇവിടെ ശ്രദ്ധിക്കേണ്ട വസ്തുത പ്രഷർ, പ്രമേഹം എന്നിവയോ ടൊപ്പം കൊളസ്ട്രോളുമുണ്ടെങ്കിൽ അവയും കൊളസ്ട്രോളും കൂടുതൽ കൃത്യമായി കുറയ്ക്കണം എന്നതാണ്. അപായസാദ്ധ്യതകൾ അത്തരം രോഗികളിൽ കൂടുതലാണ്. ഈ രോഗങ്ങളോടൊപ്പം പുകവലിയും മദ്യ പാനവുമൊക്കെയുണ്ടെങ്കിൽ അവ പരസ്പരം പ്രവർത്തിച്ച് അപായ സാദ്ധ്യതകൾ പല മടങ്ങ് പെരുക്കപ്പെടുകയാണ് ചെയ്യുക.

2. കൊളസ്ട്രോൾ പരിശോധിക്കേണ്ട സമയം

1. രക്തകുഴൽ രോഗങ്ങൾ, ഹൃദ്രോഗങ്ങൾ, സ്ട്രോക്ക്, ചെറിയ സ്ട്രോക്ക് എന്നിവ പോലും ഉണ്ടാകുമ്പോൾ.

2. നാല്പത് വയസ്സിനു മുകളിലാണെങ്കിൽ.

3. മേല്പറഞ്ഞ രോഗങ്ങളുടെ കുടുംബ പാരമ്പര്യമുണ്ടെങ്കിൽ.

4. ഹൃദ്രോഗത്തിന്റെ കുടുംബ പാരമ്പര്യമുണ്ടെങ്കിൽ.

5. അമിതഭാരം ഉണ്ടെങ്കിൽ. (അതായത് ബി എം ഐ. എന്ന ഭാര ത്തിന്റെ മാനം കണക്കാക്കി നോക്കിയാലറിയാം. കിലോഗ്രാമിലുള്ള ഭാരത്തെ മീറ്ററിലുള്ള ഉയരത്തിന്റെ പെരുക്കംകൊണ്ട് ഹരിച്ചാലത് കിട്ടും. അത് ഇരുപത്തഞ്ചിൽ കൂടരുത്. 18.5 നും 24.9 നും ഇട യ്ക്കായാൽ പ്രശ്നമില്ല. 25 നും 24.9 നും ഇടയ്ക്കായാൽ കുറച്ച് കൂടുതലാണ്. പ്രമേഹം, രക്തസമ്മർദ്ദം, കൊളസ്ട്രോൾ എന്നിവ

യുള്ളവർ തൂക്കം കുറയ്ക്കണം. മുപ്പതിന് മീതെ വന്നാൽ തടി കൂടു
തലാണ്. എന്തായാലും കുറയ്ക്കണം.)

6.	തൈറോയ്ഡ്, രക്തസമ്മർദ്ദം, പ്രമേഹം തുടങ്ങിയ കൊളസ്ട്രോൾ
	കൂടാൻ സാദ്ധ്യതയുള്ള രോഗങ്ങളുണ്ടെങ്കിൽ.
7.	മുകളിൽ കൊടുത്ത കൊളസ്ട്രോൾ കൂട്ടുന്ന രോഗങ്ങളുണ്ടെങ്കിൽ.

3. കൊളസ്ട്രോൾ കുറയ്ക്കുന്ന മാർഗ്ഗങ്ങൾ

ആദ്യം നാം ചെയ്യേണ്ടത് അനാരോഗ്യകരമായവ ഉപേക്ഷിച്ച് ആരോ
ഗ്യകരമായ ഭക്ഷണം കഴിക്കുകയാണ്. അതിൽ കൊഴുപ്പ് കുറവായിരി
ക്കണം. പ്രത്യേകിച്ച് സാച്ചുറേറ്റഡ് കൊഴുപ്പ് കുറവായിരിക്കണം. ധാരാളം
പഴങ്ങൾ, പ്രത്യേകിച്ച് ഓറഞ്ച്, ആപ്പിൾ തുടങ്ങിയ പുളിയുള്ള പഴങ്ങൾ
കഴിക്കണം. കൂടാതെ പച്ചക്കറികൾ, അണ്ടിപ്പരിപ്പുകൾ, ഓട്സ്, നാരുള്ള
ധാന്യങ്ങൾ എന്നിവ കഴിക്കണം. ഇവ കുറഞ്ഞു തുടങ്ങുന്ന
കൊളസ്ട്രോൾ വീണ്ടും കൂടാതിരിക്കാൻ സഹായിക്കും. ശരിയായ
വ്യായാമം, പുകവലി നിർത്തൽ, മദ്യപാനം നിർത്തൽ എന്നിവയും വളരെ
ഗുണം ചെയ്യും. ഇവ ഗുണം ചെയ്യുന്നില്ലെങ്കിൽ കൊളസ്ട്രോൾ കുറ
യ്ക്കുവാനുള്ള സ്റ്റാറ്റിൻ മരുന്നുകൾ നിങ്ങളുടെ ഡോക്ടർ എഴുതിത്തരും.
ഇവയുടെ പാർശ്വഫലങ്ങളെപ്പറ്റിയും അദ്ദേഹം നിങ്ങളോട് പറയും.
അതും അത് കഴിക്കുന്നതിന്റെ ഗുണവും തമ്മിൽ താരതമ്യം ചെയ്ത
തിനു ശേഷമായിരിക്കും നിങ്ങളുടെ ഡോക്ടർ സ്റ്റാറ്റിൻ മരുന്നുകൾ കഴി
ക്കുവാൻ നിർദ്ദേശിക്കുക.

4. മെറ്റബോളിക് സിൻഡ്രോം

മെറ്റബോളിക് സിൻഡ്രോം എന്നാൽ പല അപകടകരമായ സാദ്ധ്യ
തകളുടെ ഒരു കൂട്ടമാണ്. സാധാരണ ഡോക്ടർമാർ രോഗികൾക്ക് അപാ
യസൂചന നല്കുന്ന ഒരവസ്ഥയാണിത്. ഇതുമൂലം കൊറോണറി (coro-
nary) രോഗമായ ഹൃദ്രോഗം, പക്ഷാഘാതം വരുന്ന സ്ട്രോക്, ടൈപ്പ് 2
പ്രമേഹം (ടൈപ്പ് 1 പ്രമേഹം കുട്ടിക്കാലത്ത് തന്നെ തുടങ്ങുന്ന തരമാണ്)
സന്ധികളെ ബാധിക്കുന്ന ഓസ്റ്റിയോ ആർത്രൈറ്റിസ്, ഗൗട്ട്, (osteoar-
thritis, gout) അണ്ഡാശയരോഗങ്ങൾ എന്നിവ ഉണ്ടാകും. പ്രായം കൂടു
ന്തോറും രോഗസാദ്ധ്യത കൂടുകയാണ് ചെയ്യുന്നത്. ഈ രോഗത്തെ സിൻ
ഡ്രോം എക്സ്, കാർഡിയോമെറ്റബോളിക് സിൻഡ്രോം, ഇൻസുലിൻ
റെസിസ്റ്റൻസ് സിൻഡ്രോം, റീവൻസ് സിൻഡ്രോം, ചാവോസ്- (syn-
drome X, Cardiometabolic Syndrome, Insulin resistance sydrome,
Reavan`s Syndrome,chaos) എന്നെല്ലാം അറിയപ്പെടുന്നു.

കാരണങ്ങൾ

ഇത് ഏറി വരുന്ന ഒരു പൊതുജനാരോഗ്യപ്രശ്നമാണ്. അമിത ഭാര

മാണ് പ്രധാന പ്രശ്നം. അത് നിയന്ത്രിക്കുന്നതോടെ അപകടസാധ്യത കളും കുറയുന്നു. ആപ്പിൾപോലെയോ മത്തങ്ങപോലെയോ ഉരുണ്ട് തടി ക്കുന്നു. **അരക്കെട്ട്** ഭാഗത്താണ് കൊഴുപ്പ് അധികവും അടിഞ്ഞ് കൂടുന്ന ത്. ശരീരകോശങ്ങളിൽ കൊഴുപ്പ് അടിഞ്ഞുകൂടുന്നതിനാൽ ഇൻസുലിൻ എന്ന ഗ്ലൂക്കോസ് ഉപയോഗിക്കുന്ന ഹോർമോൺ പ്രവർത്തിക്കുവാൻ പ്രയാസമാകുന്നു. അതുമൂലം ഗ്ലൂക്കോസും കൊഴുപ്പും വർദ്ധിക്കുന്നു.

മെറ്റബോളിക് സിൻഡ്രോം (metabolic syndrome) വരാനുള്ള സാദ്ധ്യതകൾ ഇവയാണ്.

1. പ്രായം.
2. ജീൻ അതായത് പാരമ്പര്യം.
3. ഹോർമോൺ(hormone) വ്യത്യാസങ്ങൾ.
4. വ്യായാമമില്ലായ്മ.
5. ചില മരുന്നുകളുടെ ഉപയോഗം.

മെറ്റബോളിക് സിൻഡ്രോം ഉള്ളവരിൽ രക്തം കട്ട പിടിക്കൽ വേഗ ത്തിലാകുന്നു. രക്തസമ്മർദ്ദം കൂടുന്നു. രക്തത്തിലെ ഗ്ലൂക്കോസ് നില വാരം കൂടുന്നു. അരക്കെട്ടിന്റെ വണ്ണം കൂടുന്നു. ധമനികളെ സംര ക്ഷിക്കുന്ന സാന്ദ്രതയുള്ള കൊളസ്ട്രോൾ കുറയുന്നു. അത് പുരുഷന്മാ രിൽ 40 ൽ താഴെയും സ്ത്രീകളിൽ 50 ൽ താഴെയുമായി കുറയുന്നു. ട്രൈഗ്ലിസറൈഡു (triglycerides)കൾ 150 ൽ കൂടുന്നു. സാന്ദ്രതയുള്ള കൊളസ്ട്രോൾ കുറയുന്നതും ട്രൈഗ്ലിസറൈഡുകൾ കൂടുന്നതും നല്ലതല്ല. അതുകൊണ്ട് ഹൃദ്രോഗസാദ്ധ്യതയും പ്രമേഹവും വരാതിരി ക്കാനുള്ള ചികിത്സയും ജീവിതശൈലിയും സ്വീകരിക്കണം.

അതിന് ചെയ്യേണ്ടത്,

ശരീരഭാരം കുറയ്ക്കുക. അത് 7 മുതൽ 10 ശതമാനം വരെ കുറയ്ക്കാം. 500 മുതൽ 1000 കലോറി വരെ ഭക്ഷണം കുറയ്ക്കണം.

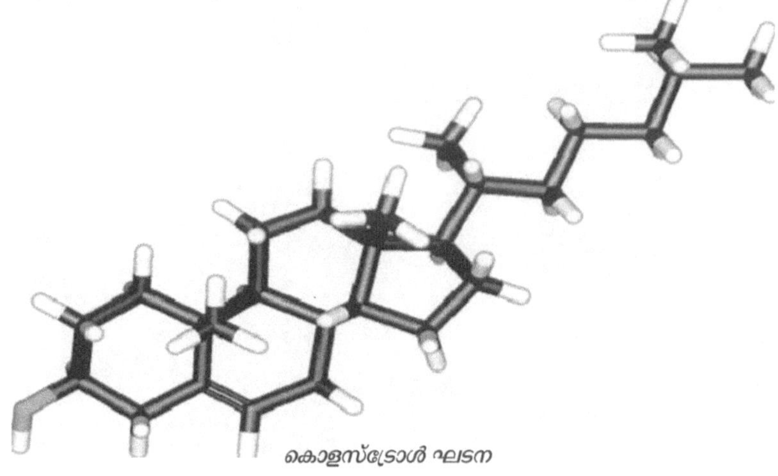

കൊളസ്ട്രോൾ ഘടന

ദിവസം മുപ്പതു മിനിട്ടെങ്കിലും നല്ല വ്യായാമം ആഴ്ചയിൽ 5-7 ദിവസം ചെയ്യണം.

കൊളസ്ട്രോൾ, ട്രൈഗ്ലിസറൈഡുകൾ എന്നിവ കുറയ്ക്കുന്ന മരുന്നുകൾ ആവശ്യമെങ്കിൽ കഴിക്കണം.

രക്തസമ്മർദ്ദം ഇതോടൊപ്പം കുറയുന്നുണ്ടോ എന്നു നോക്കണം. ഇല്ലെങ്കിൽ അതിനും മരുന്നു കഴിക്കേണ്ടി വരും.

ചിലർക്ക് ചെറിയ ഡോസ് ആസ്പിരിൻ കഴിക്കേണ്ടി വരും.

പുകവലിയും മദ്യപാനവും നിർത്തണം. മെറ്റബോളിക് സിൻഡ്രോം ഉള്ളവരിൽ ഹൃദ്രോഗം, ടൈപ്പ് രണ്ട് പ്രമേഹം, പക്ഷാഘാതം, വൃക്ക രോഗം, പോളിസിസ്റ്റിക്(polycystic) അണ്ഡാശയരോഗങ്ങൾ എന്നിവ വരാ നുള്ള സാദ്ധ്യത വളരെ കൂടുതലാണ്. ഇതിൽ ഒരു സുപ്രധാന ഘടകം ഉയർന്ന ലോ ഡെൻസിറ്റി കൊളസ്ട്രോളാണ്. ഇനി എന്താണ് കൊളസ്ട്രോൾ എന്നു നോക്കാം.

5. പിത്താശയക്കല്ലുകൾ

പ്രസിദ്ധമായ നീലാഞ്ജനജൈവരാസകുടുംബം എച്ച് ഡി എൽ കൊളസ്ട്രോളും (H D L cholesterol) എൽ ഡി എൽ കൊളസ്ട്രോളും (L D L cholesterol) വി എൽ ഡി എൽ കൊളസ്ട്രോളും (V L D L cholesterol) അടങ്ങിയതാണ്. ട്രൈഗ്ലിസറൈഡുമുണ്ട് (triglyceride) കൂട്ടത്തിൽ. ഇവ ലിപ്പിഡ് വംശ ജൈവരാസവസ്തുക്കളാണ്. ഇവയെ ചുമന്നുകൊണ്ടുപോകുന്ന പണി ചെയ്യുന്ന അഞ്ചു ലൈപ്പോപ്രോട്ടീനു കളുണ്ട്. ഇവരുടെ ആകാര വലുപ്പമനുസരിച്ച് ഏറ്റവും ചെറുതായ കൈലോമൈക്രോൺ (chylomicron), വെരി ലോ ഡെൻസിറ്റി ലൈപ്പോ

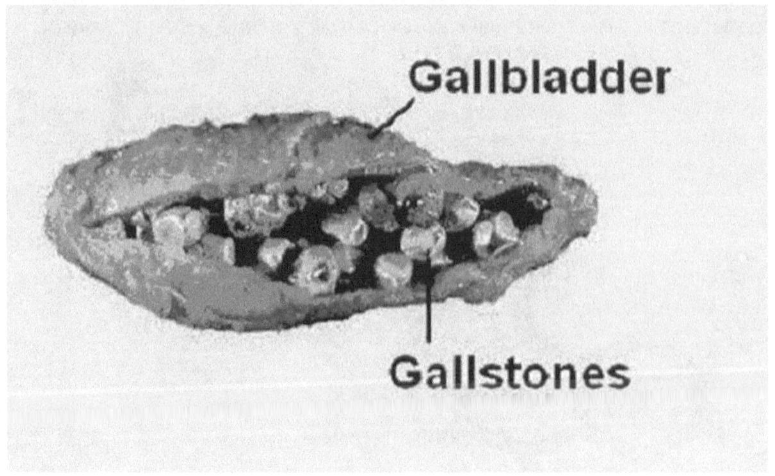

പിത്താശയക്കല്ലുകൾ

പ്രോട്ടീൻ, ഇന്റർമിഡിയറ്റ് ഡെൻസിറ്റി ലൈപ്പോപ്രോട്ടീൻ, ലോ ഡെൻസിറ്റി ലൈപ്പോപ്രോട്ടീൻ, അവസാനം ഭീമനായ ഹൈ ഡെൻസിറ്റി ലൈപ്പോപ്രോട്ടീൻ (high density lipoprotein) എന്നിവയാണ്.

അവരുടെ ചുമലിലേറി ജലനിബിഡമായ രക്തത്തിലൂടെ മനുഷ്യ രുടെയും മൃഗങ്ങളുടെയും ധമനികളിൽ കൊളസ്ട്രോൾ സഞ്ചരിക്കുന്നു. വെരി ലോ ഡെൻസിറ്റി ലൈപ്പോപ്രോട്ടീൻ (very low density lipopro-tein) ആണ് കുഴപ്പക്കാരൻ. അവൻ ട്രൈഗ്ലിസറൈഡിനെ ചുമന്നു കൊണ്ടുപോയി കൊഴുപ്പുകലകളിലും പേശികളിലുമൊക്കെ ഇറക്കി പേരു മാറ്റി ഇന്റർമീഡിയറ്റ് ഡെൻസിറ്റി ലൈപ്പോപ്രോട്ടീൻ ആയി സഞ്ച രിക്കും. വാസ്തവത്തിൽ ഈ ഇന്റർമീഡിയറ്റ് ഡെൻസിറ്റി ലൈപ്പോ പ്രോട്ടീൻ എന്നത് ലോ ഡെൻസിറ്റി ലൈപ്പോപ്രോട്ടീൻ തന്നെയാണ് എന്നു മനസ്സിലായല്ലോ.

6. കൊളസ്ട്രോൾ നിയന്ത്രണം

കൊളസ്ട്രോൾ കൊഴുപ്പല്ലെങ്കിലും കൊഴുപ്പടങ്ങിയ ഭക്ഷണം കൂടുതൽ കൊളസ്ട്രോളുകളെ ഉല്പാദിപ്പിക്കുന്നു. മറിച്ച് കൊഴുപ്പ് കുറഞ്ഞ ഭക്ഷണം കൊളസ്ട്രോൾ കുറയ്ക്കുകയും ചെയ്യുന്നു. കോശ ങ്ങളിലെ കൊളസ്ട്രോൾ നിയന്ത്രിക്കുന്നത് എൻഡോപ്ലാസ്മിക് (en-doplasmic) പാടയിലുള്ള പ്രോട്ടീനായ എസ് ആർ ഇ ബി പി (sterol regulatoy element binding protein 1, 2) യാണ്. കോശത്തിൽ കൊളസ്ട്രോൾ ഉണ്ടെങ്കിൽ എസ് ആർ ഇ ബി പി, സ്കാപ് എന്നറിയ പ്പെടുന്ന എസ് ആർ ഇ ബി പി ക്ളീവേജ് ആക്ടിവേറ്റിങ് പ്രോട്ടീനു

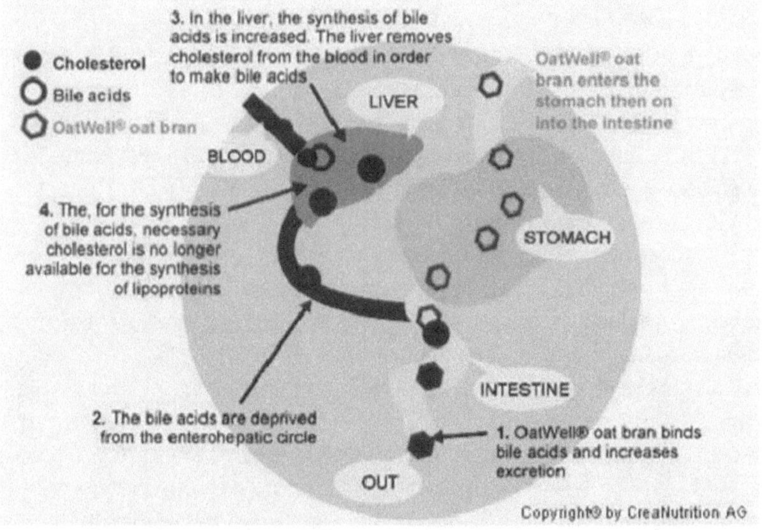

കൊളസ്ട്രോൾ നിയന്ത്രണം 1

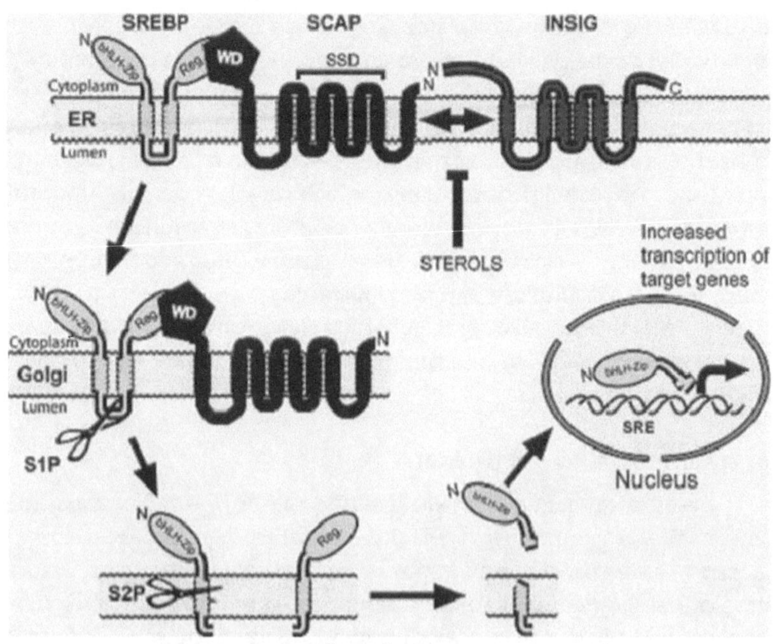

കൊളസ്ട്രോൾ നിയന്ത്രണം 2

(activating protein)മായും ഇൻസിഗ് 1 (insig 1) മായും യോജിച്ച്
നില്ക്കും. കൊളസ്ട്രോൾ താഴുമ്പോൾ ഇൻസിഗ് 1, എസ് ആർ ബി പി
എസ്, ആർ ബി പി ക്ലീവേജ് ആക്ടിവേറ്റിങ് പ്രോട്ടീൻ കൂട്ടുകെട്ടിൽ
നിന്ന് മാറി നില്ക്കും. അതോടെ ആ സങ്കീർണ്ണ മോളിക്യൂൾ ഗോൾഗി
അപ്പാരറ്റസി -(Golgi apparatus) ലേക്ക് നീങ്ങും. തുടർന്നുള്ള ജീനുക
ളുടെയും ട്രാൻസ്ക്രിപ്ഷൻ ഫാക്ടറുകളുടെയും (transcription fac-
tors) നിരവധി പ്രവർത്തനങ്ങളെ ഫലമായി എൽ ഡി എൽ റിസപ്ടറു
കളും എച്ച് എം ജി കൊ-എൻസൈം റിഡക്ടേഴ്സും (LDL Receptors
HMG co-enzyme receptors) കൂടുന്നു.

തൽഫലമായി എൽ ഡി എൽ റസപ്ടറുകൾ രക്തത്തിലെ എൽ
ഡി എൽ വിഴുങ്ങി കുറയ്ക്കുന്നു, അതേസമയം റിഡക്ടേസ് (reduc-
tase) പ്രവർത്തനംമൂലം ശരീരത്തിനകത്തുള്ള കൊളസ്ട്രോൾ
ഉല്പാദനം കൂടുന്നു.

എസ് ആർ ഇ ബി പിയുടെ പ്രവർത്തനപാതയിലാണ് പല ലിപ്പിഡ്
(lipid) കളും ഉണ്ടാക്കുന്ന ജീനുകളുടെയും പ്രവർത്തനം അനാവരണം
ചെയ്യുപ്പെടുന്നി. 1985 ലെ ഫിസിയോളജി നോബൽ പ്രൈസ് ഡോ.മൈ
ക്കേൽ എസ് ബ്രൗണും ഡോ.ജോസഫ് എൽ ഗോൾഡ്സ്റ്റയനും പങ്കിട്ടത്
ഈ ഗവേഷണത്തിനാണ്. പ്രോട്ടിയോസോം എന്ന എൻസൈം (en-

zyme) അതിനെ ഫോസ്ഫോറിലേഷനി(phosphorylation)ലൂടെ കുറ
യ്ക്കുന്ന പ്രോട്ടീൻ കൈനേസ് (protein kinase) എന്നിവ അഡിനോസിൻ
ട്രൈഫോസ്ഫേറ്റ് (adenosine triphosphate) കുറയുന്നതോടെ കൊള
സ്ട്രോൾ കുറയ്ക്കുന്നു.

7. പ്ലാസ്മയിലൂടെയുള്ള കൊളസ്ട്രോൾ ഗതാഗതവും അവയവ ങ്ങളിലേക്കുള്ള വലിച്ചെടുക്കലും

ജലത്തിൽ കൊളസ്ട്രോൾ കുറച്ചു മാത്രമേ അലിയൂ. അതുകൊണ്ട്
നേരിയ തോതിൽ മാത്രമേ രക്തത്തിലൂടെ കൊളസ്ട്രോൾ സഞ്ചരിക്കൂ.
അവ ലൈപ്പോപ്രോട്ടീനിലൂടെ പൊതിയപ്പെട്ട് സങ്കീർണ്ണ മോളിക്യൂളുകൾ
ഡിസ്ക് മാതിരിയുള്ള ചെറിയ ഭാഗങ്ങളായി പുറമെയുള്ള ജലത്തിൽ
അലിയുന്ന ഭാഗവും ഉൾഭാഗം കൊഴുപ്പിലലിയുന്ന ഭാഗവും ആയി സഞ്ച
രിക്കുന്നു. ട്രൈഗ്ലിസറൈഡുകളും കൊളസ്ട്രോൾ എസ്റ്ററുകളും ഉള്ളി
ലായിരിക്കും. ഫോസ്ഫോലിപ്പിഡും കൊളസ്ട്രോളും ഈ കോംപ്ല
ക്സിന്റെ പുറം ഭാഗത്തായാണ് സഞ്ചരിക്കുന്നത്.

അലിയുന്നതിനപ്പുറം ഓരോ കോശങ്ങളെയും കേന്ദ്രീകരിച്ചുള്ള
പ്രയാണവുമുണ്ട്. പ്രോട്ടീൻ കുറയുകയും ലിപ്പിഡ് കൂടുന്തോറും
ലൈപ്പോപ്രോട്ടീന്റെ സാന്ദ്രതയും കുറയുന്നു. കുടലിൽനിന്ന് ദഹന
ത്തിനുശേഷം കൊഴുപ്പ് ഏറ്റവും ചെറിയ ലൈപ്പോപ്രോട്ടീനായ കൈലോ
മൈക്രോൺ (chylomicron) വഴി പേശികളിലേക്കും മറ്റു കോശങ്ങളി
ലേക്കും ഊർജ്ജോല്പാദനത്തിനുവേണ്ടി എത്തുന്നു. ഉപയോഗിക്കാതെ
ബാക്കിവരുന്ന കൊഴുപ്പ് പിന്നീട് കരളിലെത്തുന്നു.

വി എൽ ഡി എൽ മോളിക്യൂളുകൾ കരളിലാണ് ഉല്പാദിപ്പിക്കപ്പെ
ടുന്നത്. അതിൽ കൂടുതൽ ട്രൈഗ്ലിസറോളും കൊളസ്ട്രോളും ഉണ്ടാ
കും. അത് കരളിന് ബൈൽ എന്ന പിത്തനീർ ഉണ്ടാക്കുന്നതിന് ആവശ്യ
മുള്ളതിനേക്കാൾ കൂടുതലാണ്. ഈ മോളിക്യൂളുകളിൽ അപ്പോ-ലൈ
പ്പോപ്രോട്ടീൻ 100 ഉം അപ്പോലൈപ്പോപ്രോട്ടീൻ ഇ യും ഉണ്ട്. ധമനിക
ളിലൂടെ സഞ്ചരിക്കുമ്പോൾ കൂടുതൽ കൊളസ്ട്രോൾ ധമനിയിലേക്ക്
വലിച്ചെടുക്കപ്പെടുന്നു. കൂടുതൽ കൊളസ്ട്രോൾ ഉള്ള ഇന്റർമീഡിയറ്റ്
ഡെൻസിറ്റി ലൈപ്പോപ്രോട്ടീന് രണ്ട് തരം പ്രവർത്തനമുണ്ട്. പകുതി
യോളം ലോ ഡെൻസിറ്റി ലൈപ്പോപ്രോട്ടീൻ റസപ്ടറുകൾ എടുത്ത് കരൾ
തന്നെ കൈകാര്യംചെയ്യുന്നു. ബാക്കി പകുതിയിൽനിന്നും ട്രൈഗ്ലിസ
റോൾ നഷ്ടപ്പെട്ട്, പിന്നീടത് ലോ ഡെൻസിറ്റി ലൈപ്പോപ്രോട്ടീനുമായി
ചേർന്ന് ഏറ്റവും കൂടുതൽ കൊളസ്ട്രോളുള്ള മോളിക്യൂളുകളാകുന്നു.
അപ്രകാരം ലോ ഡെൻസിറ്റി ലൈപ്പോപ്രോട്ടീൻ കൊളസ്ട്രോളിന്റെ
ഏറ്റവും വലിയ വാഹകരാകുന്നു, അതായത് ഓരോ മോളിക്യൂളിലും
1500 മോളിക്യൂൾ വീതം കൊളസ്ട്രോൾ എസ്റ്റർ കാണപ്പെടുന്നു
എന്നർത്ഥം. അതായത് ലോ ഡെൻസിറ്റി ലൈപ്പോപ്രോട്ടീൻ ആണ്

ഏറ്റവും വലിയ വികൃതിയെന്നർത്ഥം. കൊളസ്ട്രോളുകളുടെ ഉല്പാദനം എപ്രകാരമാണ് നിയന്ത്രിക്കപ്പെടുന്നതെന്ന് നോക്കാം.

8. സ്റ്ററോൾ റെഗുലേറ്ററി എലമെന്റ് ബൈൻഡിങ് പ്രോട്ടീനുകൾ (sterol regulatory element binding proteins)

ഇവ ട്രാൻസ്ക്രിപ്ഷൻ ഫാക്ടറുകളാണ് (transcription factors). അവ സ്റ്ററോൾ റെഗുലേറ്ററി എലമെന്റ് ഡി എൻ എ സീക്വൻസുമായി ചേർന്നു പ്രവർത്തിക്കുന്നു. ഇവ കോശങ്ങളിലെ കൊളസ്ട്രോൾ സാന്നിധ്യം മനസ്സിലാക്കി കൊളസ്ട്രോൾ ഉല്പാദനം നിയന്ത്രിക്കുന്നു. കോശങ്ങളിൽ കൊളസ്ട്രോൾ കൂടുന്നതിനുസരിച്ച് ലോ ഡെൻസിറ്റി ലൈപ്പോപ്രോട്ടീൻ റസപ്ടറുകളുടെ ഉല്പാദനം കുറയ്ക്കപ്പെടുന്നു. നേരെ മറിച്ച് കൊളസ്ട്രോൾ കോശങ്ങളിൽ കുറയുമ്പോൾ വിപരീത ഫലമുണ്ടായി ലോ ഡെൻസിറ്റി ലൈപ്പോപ്രോട്ടീൻ റസപ്ടറുകൾ കൂടു തലായി കൂടുതൽ ലോ ഡെൻസിറ്റി ലൈപ്പോപ്രോട്ടീൻ മോളിക്യൂളു കൾ ഉണ്ടാകുന്നു.

അങ്ങനെ റസപ്ടറുകളില്ലാത്ത ധാരാളം ലോ ഡെൻസിറ്റി ലൈപ്പോ പ്രോട്ടീൻ മോളിക്യൂളുകൾ രക്തത്തിൽ ഉണ്ടാകുന്നു. ഇവ പ്രാണവായു വുമായി ചേർന്ന് ഓക്സീകരണം സംഭവിക്കുന്നു. അവയെ രക്താണു ക്കളായ മാക്രോഫാജുകൾ വിഴുങ്ങുന്നു. ഇവ ഫോം കോശങ്ങളായി ധമനികളിൽ പറ്റിപ്പിടിച്ച് അപകടകാരികളായ അഥിരോസ്ക്ലിറോട്ടിക് (atherosclerotic) പാളികളാകുന്നു. ഇവയാണ് കരോട്ടിഡ് ധമനിയിൽ പറ്റിപ്പിടിച്ച് മസ്തിഷ്ക ആഘാതവും, കൊറോണറി ധമനികളിൽ പറ്റി പിടിച്ച് ഹൃദയാഘാതവും ഉണ്ടാക്കുന്നത്.

കരളിലേക്ക് തിരിച്ചുള്ള കൊളസ്ട്രോളിന്റെ സഞ്ചാരം ഹൈ ഡെൻസിറ്റി ലൈപ്പോപ്രോട്ടീൻ വഴിയാണ്. ഈ മോളിക്യൂളുകൾ കൂടു തലുണ്ടാകുന്നത് ഹൃദയത്തിനും അതുപോലുള്ള ലക്ഷ്യഭേദി അവ യവങ്ങളായ മസ്തിഷ്കം എന്നിവയ്ക്കും നല്ലതാണ്. ഹൈ ഡെൻസിറ്റി ലൈപ്പോപ്രോട്ടീൻ കുറയുന്നത് സ്ട്രോക്, ഹൃദയാഘാതം എന്നിവ വരാൻ സാദ്ധ്യത വർദ്ധിപ്പിക്കുന്നു. ലൈപ്പോപ്രോട്ടീനുകളുടെ തരംതിരിവ് അതിന്റെ സാന്ദ്രത അനുസരിച്ചാണ്. ഇവിടെ ട്രൈഗ്ലിസറൈഡ് ഏറ്റവും സാന്ദ്രത കുറഞ്ഞതും അപോപ്രോട്ടീൻ(apoprotein) ഏറ്റവും സാന്ദ്രത കൂടിയതുമാണ്.

ഇവയുടെ ചേരുവ അനുസരിച്ചാണ് കൈലോമൈക്രോൺ മുതൽ ഹൈ ഡെൻസിറ്റി ലൈപ്പോപ്രോട്ടീൻവരെ സാന്ദ്രതയിൽ വ്യത്യാസം വരുന്നത്. അപ്പോപ്രോട്ടീനും കൊളസ്ട്രോളും ചേർന്നതാണ് ഹൈ ഡെൻസിറ്റി ലൈപ്പോപ്രോട്ടീൻ മോളിക്യൂൾ. വി എൽ ഡി എൽ ട്രൈഗ്ലിസറൈഡുകൾ വളരെ അധികമാണ്. ലോ ഡെൻസിറ്റി ലൈപ്പോ പ്രോട്ടീൻ ഇതിനിടയിൽ വരുന്നു.

9. ചയാപചയം, ചാക്രികത, വിസർജ്ജനം

കൊളസ്ട്രോൾ പ്രാണവായുവുമായി ചേർന്ന് ഓക്സീകരണം നടക്കുന്നുവെന്ന് പറഞ്ഞുവല്ലോ. അതിനെ ഓക്സിസ്റ്റെറോൾ (oxysterol) എന്ന് പറയുന്നു. ഇത് മൂന്നു തരത്തിൽ നടക്കുന്നു. സ്വയമായ ഓക്സീ കരണം, കൊഴുപ്പിൽ കൂടിയുള്ള പെറോക്സിഡേഷൻ (peroxidation), ചയാപചയം (metabolism) നടത്തുന്ന എൻസൈം മുഖേനയുള്ള ഓക്സീകരണം എന്നിവയാണവ. ഓക്സീകരണം കഴിഞ്ഞ കൊള സ്ട്രോളാണ് ഓക്സിസ്റ്റെറോൾ. ഇതിന് കൊളസ്ട്രോൾ ഉല്പാദനം കുറ യ്ക്കാനുള്ള കഴിവുണ്ട്. ഈ സഞ്ചരിക്കുന്ന കൊളസ്ട്രോൾ പിത്തനീരു ണ്ടാക്കുന്നതിനും ജീൻ ട്രാൻസ്ക്രിപ്ഷൻ നിയന്ത്രിക്കുന്നതിലും പങ്ക് വഹിക്കുന്നു. കരളിൽ ഓക്സീകരണം കഴിഞ്ഞ കൊളസ്ട്രോൾ പല തരത്തിലുള്ള പിത്തനീരുകളാകുന്നു. ഇവ ഗ്ലൈസീൻ, ടാറീൻ, **ഗ്ലൂക് റോണ്ക്** അമ്ലം എന്നിവയുമായി ചേർന്ന് പിത്തനീരാകുന്നു. ഭക്ഷണ ത്തിലെ കൊഴുപ്പിനെ ദഹിപ്പിക്കുന്നത് ഇവയാണ്. പിത്തനീരിലുള്ള 95 % പിത്ത അമ്ലവും തിരിച്ച് എന്റോറോഹിപ്പാറ്റിക് (enterohepatic) സർക്കു ലേഷൻ മുഖേന വലിച്ചെടുത്ത് വീണ്ടും കരളിലെത്തുന്നു.

ബാക്കി കൊളസ്ട്രോളിന്റെ 5% മാത്രമേ മലത്തിലൂടെ കാപ്രോ സ്റ്റനോൾ (caprostanol)ആയി പുറത്ത് പോകുന്നുള്ളൂ. നാരുള്ള ഭക്ഷണം കഴിക്കുമ്പോൾ മലത്തിലൂടെ കാപ്രോസ്റ്റനോൾ പുറത്ത് പോകുന്നത് കൂടുന്നു. അതുകൊണ്ടാണ് നാരുള്ളത് ഭക്ഷണത്തിൽ ഉൾപ്പെടുത്തുവാൻ ഉപദേശിക്കുന്നതിന്റെ അടിസ്ഥാനം. ദിവസേന ഒരു ഗ്രാം കൊളസ്ട്രോൾ കുടലിലേക്ക് വിസർജ്ജിക്കപ്പെടുന്നുണ്ട്. പിത്താശയത്തിൽ കട്ട പിടി ക്കുന്ന പിത്താശയക്കല്ലുകളിൽ ഭൂരിഭാഗവും കൊളസ്ട്രോൾ കല്ലുകളാ ണ്. ബാക്കി ലെസിത്തിൻ, ബിലിറുബിൻ കല്ലുകളാണ്. കുടലിൽ കൊളസ്ട്രോൾ കുറയ്ക്കുന്ന ഒരു തരം സൂക്ഷ്മാണു ഉണ്ട്. നാരുക ളുള്ള ഭക്ഷണം, പഴങ്ങൾ, പച്ചക്കറികൾ തുടങ്ങിയവ കൊളസ്ട്രോൾ പുറത്തുപോകാൻ സഹായിക്കുന്നു.

പൂർണ്ണമായ കൊളസ്ട്രോൾ പരിശോധനയ്ക്ക് കൊളസ്ട്രോൾ പ്രൊഫൈൽ പരിശോധന എന്നു പറയുന്നു. ഇതിനെ ലിപ്പിഡ് പ്രൊ ഫൈൽ എന്നും പറയാം. ഇതിൽ എച്ച് ഡി എൽ, എൽ ഡി എൽ, വി എൽ ഡി എൽ കൂടാതെ ട്രൈഗ്ലിസറൈഡും അളക്കപ്പെടുന്നു. ഇവ ഭക്ഷ ണത്തിന് മുമ്പാണ് പരിശോധിക്കുന്നത്. വൃത്തികെട്ട കൊളസ്ട്രോളായി അറിയപ്പെടുന്ന എൽ ഡി എൽ കരളിൽ ഉല്പാദിപ്പിക്കപ്പെടുന്നു. എൽ ഡി എൽ കൂടിയാണ് കൊളസ്ട്രോളും മറ്റു കൊഴുപ്പുകളും പേശികൾ, കോശജാലങ്ങൾ, അവയവങ്ങൾ, ഹൃദയം എന്നിവയിലെത്തുന്നത്. അതുകൊണ്ട് എൽ ഡി എല്ലിനെ കുറച്ചു നിർത്തേണ്ടത് മറ്റു ലിപ്പിഡു കളും കൊഴുപ്പും കുറയ്ക്കേണ്ടതിന് അത്യാവശ്യമാണ്. എൽ ഡി എൽ കൂടുതലാണെന്നതിനർത്ഥം കൊളസ്ട്രോൾ ആവശ്യത്തിനേക്കാൾ കൂടു തലാണെന്നും ഹൃദ്രോഗ സാധ്യത കൂടുതലാണെന്നുമാണ്.

എൽ ഡി എൽ കണക്കാക്കുവാനൊരു സൂത്രവാക്യമുണ്ട്. എൽ ഡി എൽ = ആകെയുള്ള കൊളസ്ട്രോൾ - (ട്രൈഗ്ലിസറൈഡ്/5) + എച്ച് ഡി എൽ.

എൽ ഡി എൽ 100 എം ജി/ഡെസി ലിറ്ററിനേക്കാൾ കുറവ് ആവശ്യമാണ്.

100-129 എം ജി/ഡെസി ലിറ്റർ എന്നത് കൂടുതലാണ്

130-159 എം ജി/ഡെസി ലിറ്റർ എന്നത് കുറച്ചുകൂടി ശ്രദ്ധിക്കണം

160-189 എം ജി/ഡെസി ലിറ്റർ എന്നത് തീർച്ചയായയും കൂടുതൽ തന്നെ

190 - എം ജി/ഡെസി ലിറ്ററിനേക്കാൾ കൂടുതൽ വളരെ കൂടുതൽ തന്നെ

എച്ച് ഡി എൽ കൊളസ്ട്രോൾ ആണ് നല്ല കൊളസ്ട്രോളായി കണക്കാക്കപ്പെടുന്നത്. ഇത് കരളിൽ ഉല്പാദിപ്പിക്കപ്പെട്ട് കോശങ്ങളിലേക്കും ഹൃദയത്തിലേക്കും തിരിച്ച് കരളിലേക്കും കൊണ്ടു വന്ന് ചിഹ്ന ഭിന്നമാക്കപ്പെടുന്നു. കൂടുതലുള്ള എച്ച് ഡി എൽ കൊളസ്ട്രോൾ ഹൃദയത്തിന് നല്ലതായി കണക്കാക്കപ്പെടുന്നു. അതായത് രക്തത്തിൽ കൊളസ്ട്രോൾ കുറവ് മാത്രമേ ഉണ്ടാവുകയയുള്ളൂ എന്നതിനാൽ രക്ത ക്കുഴലുകളിൽ പ്ളാക്ക് (plaque) പിടിക്കുവാൻ സാദ്ധ്യത കുറയുന്നു.

എച്ച് ഡി എൽ കൊളസ്ട്രോൾ 60 എം ജി/ഡെസി ലിറ്ററിനേക്കാൾ അധികമാകുന്നത് വളരെ നല്ലതാണ്. 40-60 നല്ലതാണ്. 40 നേക്കാൾ കുറവാകുന്നത് പോരാ. അത് ഹൃദയത്തിന് പ്രശ്നമുണ്ടാക്കും.

ഇനി അവലക്ഷണ കൊളസ്ട്രോൾ എന്ന വി എൽ ഡി എൽ എന്താ ണെന്ന് നോക്കാം. കൊളസ്ട്രോളും ട്രൈഗ്ലിസറൈഡും ചേർന്നാണിത് ഉണ്ടാകുന്നത്. ഇത് ലോ ഡെൻസിറ്റി കൊളസ്ട്രോളിനേക്കാൾ ഭാരം കൂടിയവയും അഥിരോസ്ക്ളിറോസിസും ഹൃദ്രോഗവും ഉണ്ടാക്കുവാൻ പോന്നവയുമാണ്. ട്രൈഗ്ലിസറൈഡിനെ അഞ്ചുകൊണ്ട് ഹരിച്ചാലിതിന്റെ അളവ് കിട്ടും.

കൊളസ്ട്രോൾകൊണ്ട് സസ്തനജീവികൾക്ക് പ്രയോജനങ്ങളുണ്ട്. അവ പ്ലാസ്മ പാടയിലെ പ്രധാന ഭാഗമാണ്. ജൈവരാസവസ്തുക്കൾ അങ്ങോട്ടും ഇങ്ങോട്ടും പ്രവഹിപ്പിക്കാൻ ഇവയ്ക്ക് കഴിയും. ഹോർമോണുകളുടെ ഉല്പാദനത്തിലും കൊളസ്ട്രോൾ പ്രധാന പങ്കുവഹിക്കുന്നുണ്ട്. കൊഴുപ്പിന്റെ മെഴുകുപോലുള്ള സ്റ്റിറോയ്ഡാണിത്. കൊളസ്ട്രോളിന്റെ 80% വും പിത്തനീർ ഉണ്ടാക്കുവാനായി ചെലവാകുന്നു. ബാക്കി സ്റ്റെറോയ്ഡ് ഹോർമോണും വിറ്റാമിൻ ഡി യും ഉണ്ടാക്കുന്നു. കൂടിയ നിലയിലുള്ള കൊളസ്ട്രോൾ ഉണ്ടായാലത് ധമനികളിൽ അടിഞ്ഞു കൂടുകയും ഹൃദ്രോഗവും മറ്റ ധമനീരോഗങ്ങളും ഉണ്ടാക്കുകയും ചെയ്യും. പക്ഷാഘാതം തുടങ്ങിയവ അപ്രകാരമാണുണ്ടാവുന്നത്.

1769 ലാണ് ആദ്യമായി പിത്താശയക്കല്ലിൽ കൊളസ്ട്രോളാണെന്ന്

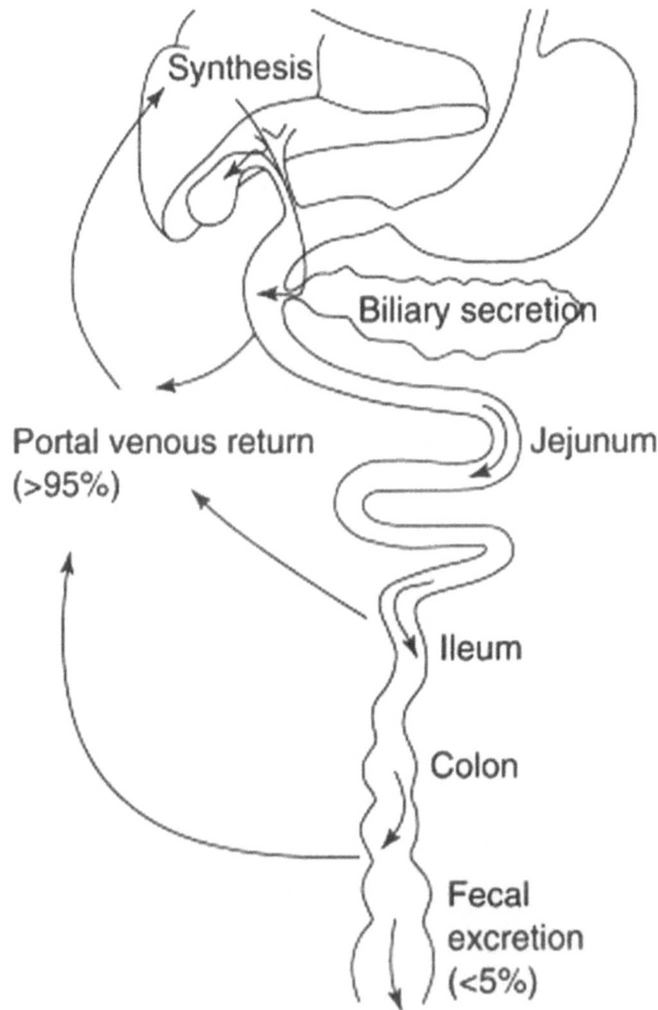

കരൾ, കുടൽ, വൻകുടൽ എന്നിവ തമ്മിലുള്ള രക്തചംക്രമണം

മനസ്സിലാവുന്നത്. 1815 ൽ യൂജിൻ ഷെവ്റുൾ ആണ് അതിനെ കൊളസ്ട്രോറീൻ എന്ന പേര് വിളിക്കുന്നത്. പിന്നീട് ഇത് പ്രാണവായു വുമായി ചേർന്ന് വേഗത്തിൽ ഓക്സിസ്റ്ററോൾ ഉണ്ടാക്കുന്നതായി മനസ്സിലായി. ഈ ഓക്സിസ്റ്ററോൾ, കൊളസ്ട്രോൾ ഉല്പാദനത്തെ കുറയ്ക്കുവാൻ ജീനിൽക്കൂടി പ്രവർത്തിക്കുന്നതായും മനസ്സിലായിട്ടുണ്ട്.

അതുകൊണ്ട് നമുക്കത് കൂടുതൽ വേണം. ഓക്സികൊളസ്ട്രോൾ, ഗ്ലൈസീൻ ടാറീൻ, ഗ്ലൂകോറോണിക് അമ്ലം എന്നിവയുമായി ചേർന്ന് പല പിത്തനീരുകളായി കരളിൽ നിന്നും പിത്താശയത്തിലേക്കും തുടർന്ന് കുടലിലേക്കും വരുന്നു. അതിനെ 95% വും വീണ്ടും കുടലിൽനിന്നും വലിച്ചെടുക്കപ്പെടുന്നു. 5% മലത്തിലൂടെ പുറത്ത് പോകുന്നു. ഇത് മല ത്തിൽക്കൂടി കൂടുതലായി പുറത്തു കളയുന്ന മരുന്നായ സെക്യൂ സ്ട്രെൻട്സ് എന്ന മരുന്നിനെപ്പറ്റി നമുക്ക് പിന്നീട് മനസ്സിലാക്കാം.

കരൾ നടത്തുന്ന വിസർജ്ജനവും തിരിച്ചു വലിച്ചെടുക്കലും എന്റേറോ ഹിപ്പാറ്റിക് (enterohepatic) രക്തചംക്രമണത്തിലൂടെയാണ് നടക്കുന്നത്.

പിത്തസഞ്ചിയിലെ ഭൂരിഭാഗം കല്ലുകളും കൊളസ്ട്രോൾ കല്ലു കളാണ്. ചുരുക്കമായി ലെസിത്തിൻ, ബിലുറുബിൻ പിത്താശയക്കല്ലു കളും കാണാറുണ്ട്. ഭക്ഷണത്തിലെ കൊഴുപ്പ് വലിച്ചെടുക്കുന്നതിൽ പിത്ത അമ്ലങ്ങൾക്ക് നിസ്തുലമായ പങ്കുണ്ട്. ദിവസേന ഒരു ഗ്രാമെങ്കിലും കൊളസ്ട്രോൾ കുടലിലെത്താറുണ്ട്. ഇവയുടെ ഉത്ഭവം ഭക്ഷണം, പി ത്തനീർ, കുടൽ കോശങ്ങൾ എന്നിവയാണ്. കുടലിലുള്ള കൊളസ്ട്രോ ളിനെ അവിടെയുള്ള അണുക്കൾ പ്രവർത്തിച്ച് കോപ്രോസ്റ്റാനോൾ (co-prostanol) ആക്കുന്നു. ഇത് പിന്നെ വലിച്ചെടുക്കപ്പെടുന്നില്ല. മലത്തിൽ കൂടെയത് പുറത്ത് പോകുന്നു. ഇപ്രകാരം കൊളസ്ട്രോൾ ശരീരത്തിൽ കുറയുന്നു. ഭക്ഷണക്രമീകരണത്തിലൂടെ ഇത് എളുപ്പം ചെയ്യാവുന്നതേ യുള്ളൂ.

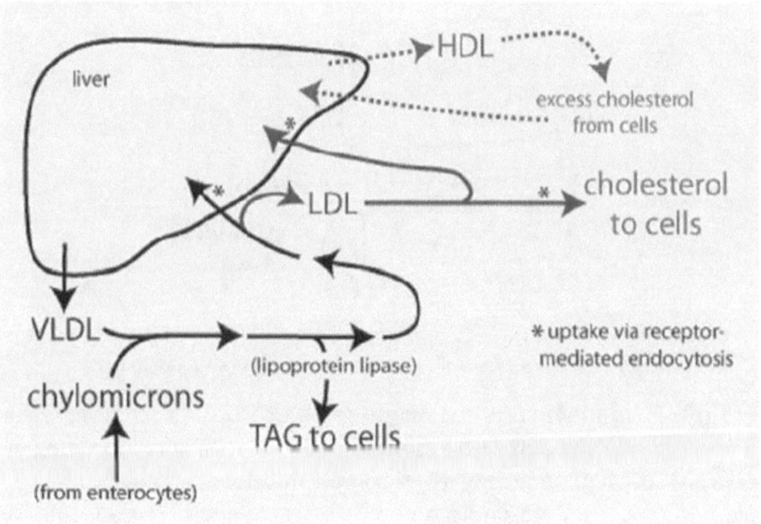

കരളും കൊളസ്ട്രോൾ നിയന്ത്രണവും

മൃഗങ്ങളുടെയും മനുഷ്യന്റെയും ചയാപചയത്തിന് കൊളസ്ട്രോൾ അത്യാവശ്യമാണ്. പക്ഷേ, രക്തത്തിൽ കൊളസ്ട്രോൾ കൂടുമ്പോൾ ധമനികളിൽ അഥിരോസ്ക്ളിറോസിസ് (atherosclerosis) വരാൻ സാദ്ധ്യത വളരെ കൂടുതലാണ്. ഒരു 68 കിലോ ഭാരമുള്ള ആളുടെ ശരീരത്തിൽ ശരാശരി ഒരു ഗ്രാം കൊളസ്ട്രോൾ ഉല്പാദിപ്പിക്കപ്പെടുന്നുണ്ട്. ഭക്ഷണത്തിൽക്കൂടി വേറെ ഒരു 200-300 മില്ലിഗ്രാം കൂടി ചേർക്കപ്പെടുന്നു. ശരീരം അപ്പോൾ ഉല്പാദനം വെട്ടിക്കുറയ്ക്കുന്നു. കൊളസ്ട്രോൾ ശരീരത്തിൽ റിസൈക്കിൾ (വിസർജ്ജനം, വലിച്ചെടുക്കൽ) ചെയ്യപ്പെടുന്നുണ്ട്.

10. കരളിൽ നടക്കുന്നത്

ശരീരത്തിലെ കെമിക്കൽ ഫാക്ടറിയാണ് കരൾ. ഇവിടെ നിരവധി രാസപ്രവർത്തനങ്ങൾ നടക്കുന്നു. 20-25% കൊളസ്ട്രോളും കരളിലാണ് ഉല്പാദിപ്പിക്കപ്പെടുന്നത്. മറ്റുകേന്ദ്രങ്ങൾ കുടൽ, അഡ്രിനൽ ഗ്രന്ഥി, പ്രാഥമിക ജനനേന്ദ്രിയങ്ങൾ എന്നിവയാണ്. 1964 ലെ നോബൽ സമ്മാനം കൊളസ്ട്രോളും കൊഴുപ്പും ചയാപചയം ചെയ്യുന്നതിനുള്ളതിനെക്കുറിച്ചുള്ള കൊറാഡ് ബ്ളോ ബ്ളോച്ചും ഫീയോഡോർ ലൈനനും കൂടി നടത്തിയ പഠനത്തിനായിരുന്നു.

രണ്ടാം ഭാഗം

ധാരണകൾ സംശയങ്ങൾ

The important thing is not to stop questioning.-Albert Einstein

ഡോക്ടർമാർ കൊളസ്ട്രോളുള്ള രോഗികളോട് കൊഴുപ്പുള്ള ഭക്ഷണം ഒഴിവാക്കാൻ ഉപദേശിക്കാറുണ്ടല്ലോ. കൊളസ്ട്രോൾ എന്നത് കൊഴുപ്പിന്റെ കട്ടിയാണെന്നാണല്ലോ ധാരണ.

11. ശരീരത്തിന് ആവശ്യമില്ലാത്ത അത്രയും കൊളസ്ട്രോൾ ശരീര ത്തിലുണ്ടായതിന്റെ കാരണങ്ങൾ

കൊളസ്ട്രോൾ എന്നത് കൊഴുപ്പിന്റെ കട്ടിയാണെന്ന പൊതുധാരണ ശരിയല്ല. കൊഴുപ്പുമുളങ്ങൾ അതിലുണ്ടാകാം. മെഴുകുപോലുള്ള ഈ ജൈവരാസവസ്തു ശരീരത്തിന് അത്യന്താപേക്ഷിതമായ സ്റ്റെറോയ്ഡ് ഹോർമോണുകളായ പ്രോജെസ്ട്രോൺ, ടെസ്ടോസ്ട്രോൺ, ഈ സ്ട്രജൻ (progesterone, testosterone, oestrogen) എന്നിവ ഉല്പാദിപ്പി ക്കാനാവശ്യമാണ്. മാത്രമല്ല ഭക്ഷണത്തിലെ കൊഴുപ്പ് ദഹിപ്പിക്കാനാ വശ്യമായ, വലിച്ചെടുക്കാനാവശ്യമായ പിത്തനീരുണ്ടാക്കുവാനാണ് കൊളസ്ട്രോൾ 80% വും ഉപയോഗിക്കപ്പെടുന്നത്. നമ്മുടെ തോലിയിൽ ജലം വലിച്ചെടുക്കാതിരിക്കാനും ആവിയാകാതിരിക്കാനും കൊളസ്ട്രോൾ വേണം. തോലിയുടെ സൗന്ദര്യം കാത്തു സൂക്ഷിക്കുന്നത് നാം തേക്കുന്ന സോപ്പോ ഏതാനും ക്രീമുകളോ അല്ല, നമ്മുടെ ശരീരത്തിലെ കൊള സ്ട്രോൾ ആണ്! അപകടകരമായ എണ്ണകൾ ശരീരത്തിലേക്ക് വലിച്ചെ ടുക്കാതിരിക്കാനും ഇതുവേണം.

ഏറ്റവും സുപ്രധാനമായൊരു കൊളസ്ട്രോൾ പ്രവർത്തനം കോശ ത്തിന്റെ ഭിത്തികൾ സംരക്ഷിക്കുകയും കോശത്തിനകത്തെ ഭാഗങ്ങളുടെ ഊർജ്ജമുണ്ടാക്കുന്നവയെ സംരക്ഷിക്കുകയുമാണ്. കോശഭിത്തികളെ

ഓക്സീകരണംമൂലമുള്ള കേടിൽനിന്നും ഇത് സംരക്ഷിക്കുന്നു. കൊളസ്ട്രോൾ ആവശ്യത്തിൽ കൂടുതലായി ധമനികളിൽ അടിഞ്ഞു കൂടി ധമനികൾ അഥിരോമ വന്ന് രക്തയോട്ടം പ്രശ്നമുണ്ടാവുമ്പോഴാണ് ഗുരുതരരോഗങ്ങളായ ഹൃദയാഘാതവും പക്ഷാഘാതവുമൊക്കെ ഉണ്ടാ കുന്നത്. അതുകൊണ്ടാണ് കൊളസ്ട്രോൾ കൂടിയവരിൽ അത് കുറയ്ക്ക ണമെന്ന് പറയുന്നത്. കൊഴുപ്പ് കുറഞ്ഞ ഭക്ഷണംകൊണ്ട് കുറഞ്ഞി ല്ലെങ്കിൽ അതിനുള്ള മരുന്ന് കഴിക്കേണ്ടി വരും. ഈ രംഗത്ത് ധാരാളം ഗവേഷണവും പഠനങ്ങളും ഉണ്ടായിട്ടുണ്ട്.

കൊളസ്ട്രോൾ കൂടിയവരിൽ ഹൃദയാഘാതവും പക്ഷാഘാതവു മില്ലാതെയും അത് കുറഞ്ഞവരിൽ ഇത് രണ്ടും കാണപ്പെടുന്നുമുണ്ട്.

12. കൊളസ്ട്രോൾ കുറഞ്ഞവരിൽ രോഗവും കൂടിയവരിലത് വരാതെയും ഇരിക്കുന്നതിന്റെ കാരണങ്ങൾ

കൊളസ്ട്രോൾ കൊഴുപ്പല്ല പക്ഷേ, അതിൽ കൊഴുപ്പ് അമ്ലങ്ങൾ അടങ്ങിയിരിക്കും. മാത്രമല്ല ലൈപ്പോപ്രോട്ടീനിന്റെ ചുമലിലേറിയാണ് കൊളസ്ട്രോളുകളുടെ സഞ്ചാരം. കോശത്തിനു കൊഴുപ്പിലൂടെയാണ് ഊർജ്ജമുണ്ടാകുന്നത്. കൊഴുപ്പുള്ള പ്രോട്ടീനായതുകൊണ്ടാണ് ലൈപ്പോപ്രോട്ടീന് ആ പേര് വന്നത്. അഞ്ചെണ്ണമുണ്ടെങ്കിലും ഇപ്പോൾ സൗകര്യത്തിന് ലോ ഡെൻസിറ്റി ഹൈ ഡെൻസിറ്റി എന്നീ രണ്ടു തരം മാത്രം ചിന്തിച്ചാൽ മതി. ഇതിൽ ലോ ഡെൻസിറ്റി കോശത്തിലേക്ക് കൊഴുപ്പ് കൊണ്ടു വരുന്നു. മറിച്ച് ഹൈ ഡെൻസിറ്റിയാകട്ടെ കോശ ത്തിൽനിന്നും കൊഴുപ്പിനെ പുറത്തേക്ക് കൊണ്ടുവരുന്നു.

ഇവിടെ ഹൈ ഡെൻസിറ്റി നല്ല പിള്ളയും ലോ ഡെൻസിറ്റി ചീത്ത കുട്ടിയുമാണ്. അതേസമയം ഇവ രണ്ടും കൊളസ്ട്രോളുകളേയല്ല അവയെ കൊണ്ടുപോകുന്ന വെറും വണ്ടികൾ മാത്രമാണ്. യാത്രക്കാരൻ ചെയ്ത കുറ്റത്തിന് വണ്ടിക്കാരനെ നാം പഴി പറയരുതല്ലോ.

അടുത്ത കാലത്തായി ഫ്രീ റാഡിക്കലുകൾ (free radicals) എന്ന ചെകുത്താന്മാരെപ്പറ്റി നിങ്ങൾ ധാരാളം കേട്ടിരിക്കും. ഈ ചെകുത്താ ന്മാർ കാട്ടിക്കൂട്ടുന്ന കുഴപ്പങ്ങൾക്ക് ആന്റിഓക്സിഡന്റുകളായ മാലാഖ മാർ വന്ന് നമ്മെ രക്ഷിക്കുന്നു. അതുകൊണ്ട് 'ആന്റിഓക്സിഡന്റുകൾ കഴിക്കുക' എന്ന് എല്ലാവരും പലവുരു പറഞ്ഞു കേട്ടിരിക്കും. ഈ ശിക്ഷയും രക്ഷയും എപ്രകാരമാണ് സംഭവിക്കുന്നത്? ലോ ഡെൻസിറ്റി ലൈപ്പോപ്രോട്ടീൻ മുഖേനയാണ് ധമനികളിലെ കട്ടപിടിക്കൽ നടക്കു ന്നത്. എന്നാൽ നല്ല കുട്ടിയായ ഹൈ ഡെൻസിറ്റി ലൈപ്പോപ്രോട്ടീൻ കൊഴുപ്പിനെ കോശങ്ങളിൽനിന്നും കൊണ്ടുപോയി ശുദ്ധീകരണപ്രക്രിയ നടത്തുന്നു.

മിടുക്കൻ എന്നു നാം അവനെ അഭിനന്ദിക്കും. എന്നാൽ ചീത്ത കുട്ടിയെ കൊണ്ടും നമുക്ക് പ്രയോജനമുണ്ട്. കൊഴുപ്പ് ആവശ്യത്തിന്

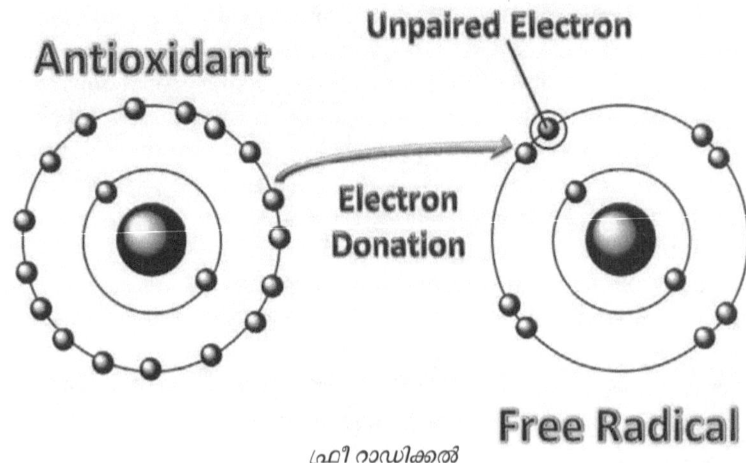

ഫ്രീ റാഡിക്കൽ

കോശങ്ങൾക്ക് കൊടുക്കണമല്ലോ. ചീത്തയാകുന്നത് ആ പ്രവർത്തന
ത്തിലൂടെ ദോഷകരമായ വേറെ ചിലത് സംഭവിക്കുന്നതുകൊണ്ടാണ്.
ലോ ഡെൻസിറ്റിക്ക് ചെകുത്താന്മാരായ ഫ്രീ റാഡിക്കൽ മുഖേന
ഓക്സീകരണം സംഭവിക്കുന്നതിനാലാണിത് സംഭവിക്കുന്നത്.

13. ഫ്രീ റാഡിക്കൽ

ഫ്രീ റാഡിക്കലുകൾ ഓക്സിഡേറ്റീവ് സമ്മർദ്ദം അവ സൃഷ്ടി
ക്കുന്നു.

ഇവിടെയാണ് മാലാഖമാരായ ആൻറിഓക്സിഡൻറുകളുടെ സേവനം
ഗുണം ചെയ്യുന്നത്. ഇപ്രകാരം സ്വഭാവദൂഷ്യം വന്ന ലോ ഡെൻസിറ്റി
ലൈപ്പോപ്രോട്ടീന് ധമനികളിൽക്കൂടി പോകാൻ പ്രയാസമാണ്. അവന്
ജാള്യത തോന്നി ആ ധമനികളിൽ പതുക്കെയങ്ങ് പറ്റിക്കൂടുന്നു.
അപ്രകാരമുണ്ടാകുന്ന അഥിരോമമൂലം രക്ത ഓട്ടം തടസ്സമാകുന്നു. ഹൃദ
യത്തിലെ കൊറോണറി ധമനി ഇത്തരം അവസ്ഥകളിൽ സങ്കോചിക്കാം.
ഇതാണ് നാം പറയുന്ന അഞ്ചൈന എന്ന ഹൃദ്രോഗം.

ഹൃദയ രക്തഓട്ടം കുറയുന്നതിനാൽ അവിടത്തെ ഹൃദയകോശങ്ങൾ
പ്രാണവായുവിന് വേണ്ടി കരയുന്നു. രക്തത്തിലലിഞ്ഞ പ്രാണവായു
മാത്രമേ അവയ്ക്ക് ഉപയോഗിക്കാനാകൂ. ആ അവസരത്തിലാണ് വേദ
നാഞരമ്പുകൾ പ്രവർത്തിച്ച് വേദന അനുഭവപ്പെടുന്നത്. ഇതൊരു
അപായസൂചന തരലാണ്. പ്രമേഹരോഗികളിൽ ഈ വേദനാ ഞരമ്പു
കൾ നശിച്ചേക്കാം. അപ്പോൾ അവർക്ക് വേദനയെന്ന അപായസൂചന
ഉണ്ടാകുന്നില്ല. ഇത് കൂടുതൽ അപകടകരമാണ്. അപ്രകാരം വേദനയി
ല്ലാത്ത ഹൃദയാഘാതം ഉണ്ടാകുന്നു. വെറുതെ നിന്നിരുന്ന മനുഷ്യൻ
തല ചുറ്റി വീണു മരിച്ചു എന്നൊക്കെ കേൾക്കുന്നത് ഇപ്രകാരമാണ്.

ഹൈ ഡെൻസിറ്റി ലൈപ്പോപ്രോട്ടീനോടൊപ്പമുള്ള വേറൊരു കൂട്ടുകാര നുണ്ട്. ഒരു എൻസൈമാണത്. ലോ ഡെൻസിറ്റിയുടെ കേടുപാട് തീർക്കലാണതിന്റെ ജോലി. അപ്പോൾ പറയൂ..ഹൈ ഡെൻസിറ്റി ലൈപ്പോപ്രോട്ടീൻ ശരിക്കും ഒരു നല്ല കുട്ടി തന്നെയല്ലേ?

ഗവേഷണങ്ങൾ തെളിയിച്ചത് കൊളസ്ട്രോൾ കുറവാണെങ്കിലും പുകവലിക്കാരിൽ അഥിരോമ ഉണ്ടാകുന്നു എന്നാണ്. അപ്രകാരം കൊളസ്ട്രോൾ കുറവാണെങ്കിലും പുകവലിക്കാരിൽ അഥിരോമ തടയാ നാകുന്നില്ല എന്നാണ് ഗവേഷണം അടിവരയിട്ട് ഉറപ്പിച്ച് പറയുന്നത്. കൊളസ്ട്രോൾ കുറവാണെങ്കിലും പുകവലിക്കാർക്ക് അതുകൊണ്ട് പ്രത്യേകിച്ച് യാതൊരു സംരക്ഷണവും ലഭിക്കുന്നില്ല. എപ്രകാരമാണിത് സംഭവിക്കുന്നത്? അത് ചെകുത്താനായ ഫ്രീ റാഡിക്കൽ പണി ചെയ്യു ന്നതു മൂലമാണ്. പുകവലി അതിന് വഴിയൊരുക്കുന്നു. ഇപ്പോൾ മനസ്സി ലായില്ലേ പാവം കൊളസ്ട്രോളുകളല്ല മനുഷ്യന്റെ ദുസ്വഭാവങ്ങളാണ് പ്രശ്നമെന്ന്. ആ സ്വഭാവംമൂലം കൊളസ്ട്രോൾ കൂടുന്നു.

14.കൊളസ്ട്രോൾ കൂടുന്നതിന്റെ കാരണങ്ങൾ

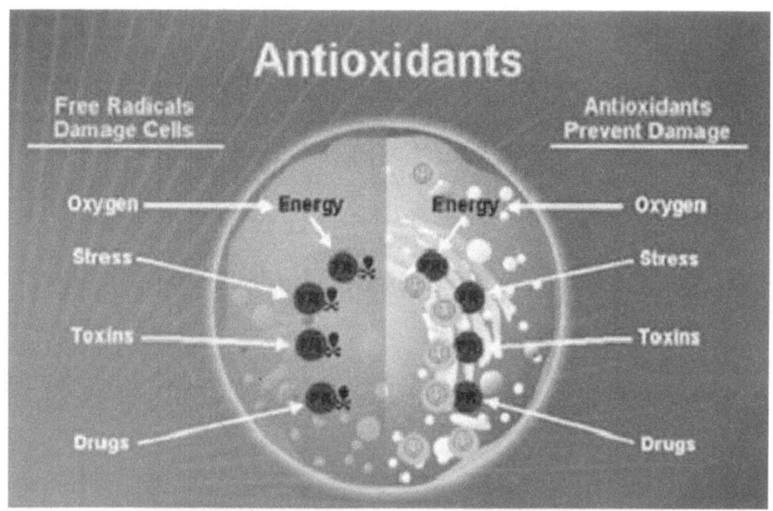

ആന്റി ഓക്സിഡന്റുകൾ ഫ്രീ റാഡിക്കൽ മൂലമുള്ള
കോശതകരാറിൽനിന്ന് നമ്മെ രക്ഷിക്കുന്നു.

പ്രമേഹം ചികിത്സിക്കുന്നതുപോലെയോ, രക്തസമ്മർദ്ദം ചികിത്സി ക്കുന്നതുപോലെയോ കൊളസ്ട്രോൾ ഉയർന്നതാണെന്ന് കണ്ടാൽ ഉടനെ മരുന്ന് കഴിക്കേണ്ടതില്ല. ആദ്യം ഭക്ഷണവും ജീവിതശൈലിയും മാറ്റണം. പുകവലിയും മദ്യപാനവും നിർത്തണം.

പ്രായം, സ്ത്രീപുരുഷവ്യത്യാസം, (പ്രായമായവരിലും പുരുഷന്മാ

രിലും കൂടുതലാണ്) ചില വർഗ്ഗങ്ങൾ, (ഉദാഹരണമായി ആഫ്രിക്ക, ഇന്ത്യ എന്നിവിടങ്ങളിലുള്ളവരിൽ കൊളസ്ട്രോൾ കൂടുതലാണ്) പാരമ്പര്യം, കരളിന്റെ പ്രവർത്തനം കുറയുക (മദ്യപാനികളിൽ മദ്യത്തിന്റെ നേരി ട്ടുള്ള പ്രവർത്തനംകൊണ്ടും മദ്യംകൊണ്ടും കരൾ കേടു വരുന്ന തുകൊണ്ടും) തൈറോയ്ഡ് ഗ്രന്ഥി തകരാർ, തടി കൂടുക, കൊഴുപ്പു കൂടിയ ഭക്ഷണം എന്നിവയാണ്. പലപ്പോഴും സ്വഭാവങ്ങളും ഭക്ഷണവും നിയന്ത്രിക്കുകവഴി നാടകീയമായി കൊളസ്ട്രോൾ കുറയ്ക്കാനാകും.

മറ്റു ഘടകങ്ങളായ രക്തസമ്മർദ്ദം, പുകവലി, അമിതഭാരം എന്നി വയുണ്ടെങ്കിൽ കൊളസ്ട്രോൾ കൂടുതൽ പ്രത്യേകിച്ച് അപകടകരമാണ്. നേരത്തെ പറഞ്ഞതുപോലെ ഹൈ ഡെൻസിറ്റി, ലോ ഡെൻസിറ്റി എന്നീ രണ്ട് തരം കൊളസ്ട്രോളുകളാണ് ഉള്ളത്. (ഉപവിഭാഗങ്ങളെപ്പറ്റി ഇപ്പോൾ ചിന്തിക്കേണ്ട) ഇതിൽ ലോ ഡെൻസിറ്റി ലൈപ്പോപ്രോട്ടീൻ ചീത്ത കൊളസ്ട്രോളായും ഹൈ ഡെൻസിറ്റിയെ നല്ല കൊളസ്ട്രോളായും കണക്കാക്കപ്പെടുന്നു.

ലോ ഡെൻസിറ്റി ലൈപ്പോപ്രോട്ടീൻ ധമനിഭിത്തികളിൽ പറ്റിപ്പിടിച്ച് അഥിരോമ ഉണ്ടാക്കി രക്തയോട്ടം കുറച്ച് രോഗം ഉണ്ടാക്കുന്നു. ഹൈ ഡെൻസിറ്റി ഇതിനു വിപരീതമായി രക്തത്തിൽനിന്നും കൊളസ്ട്രോ ളിനെ അടിച്ചുവാരി കരളിലെത്തിച്ച് അവിടെവെച്ച് ചയാപചയം ചെയ്യിച്ച് കൊളസ്ട്രോൾ നിലവാരം കുറയ്ക്കുന്നു. അതുകൊണ്ടാണ് നല്ലകുട്ടി യായ കൊളസ്ട്രോൾ എന്നു പറയുന്നത്. ഭക്ഷണത്തിലൂടെ നമുക്ക് ചീത്തകുട്ടിയെ ഒഴിവാക്കുകയും നല്ലകുട്ടിയെ കൂടുതൽ കഴിക്കുകയും വേണം എന്നർത്ഥം. ശരിയായ ഭക്ഷണം കഴിക്കുന്നതിലൂടെ നമുക്കതിന് കഴിയും.

15. കൊളസ്ട്രോൾ കൂടുതലുള്ള ഭക്ഷണങ്ങൾ, കൊളസ്ട്രോൾ കുറയ്ക്കാനുള്ള ഭക്ഷണങ്ങൾ

കൊളസ്ട്രോൾ കൂടുതലുള്ള ഭക്ഷണങ്ങൾ.

1. മാംസവും, മാംസ ഉല്പന്നങ്ങളും.
2. മുട്ട
3. ചുവന്ന ഇറച്ചി, കരൾ, വൃക്ക
4. നെയ്യുള്ള പാല്, ക്രീം, വെണ്ണ, പാൽക്കട്ടി, ഐസ്ക്രീം
5. സാച്ചുറേറ്റഡ് കൊഴുപ്പ് എന്ന പൂർണ്ണ കൊഴുപ്പ്. ഇവ അധികവും മാംസ കൊഴുപ്പുകളാണ്. ചില എണ്ണകളിലും സസ്യ വെണ്ണയിലും ഇതുണ്ട്.
6. ട്രാൻസ് കൊഴുപ്പ് എന്നറിയപ്പെടുന്ന പായ്ക്കു ചെയ്ത ഭക്ഷണ ത്തിലുള്ള അപൂർണ്ണ കൊഴുപ്പും പൂരിത അപൂർണ്ണ കൊഴുപ്പും. പായ്ക്കു ചെയ്ത ഭക്ഷണപായ്ക്കറ്റിന്റെ ലേബലിൽ എത്ര ശത മാനം ട്രാൻസ് കൊഴുപ്പുണ്ടെന്ന് എഴുതിയിരിക്കും. അത് നിയമപ്ര

കാരമുള്ള സംവിധാനമാണ്. ഇത് പ്രകൃതിയിൽ ലഭ്യമായ ഭക്ഷ ണത്തിലില്ല. ഇത് രക്തത്തിലെ ഹൈ ഡെൻസിറ്റി ലൈപ്പോപ്രോ ട്ടീൻ കുറച്ച് ലോ ഡെൻസിറ്റി കൂട്ടുന്നു. ഇപ്പോൾ പല വികസിത രാജ്യങ്ങളിലും ഭാഗികമായി മാത്രം ഹൈഡ്രോജിനേറ്റ് ചെയ്ത എണ്ണ ഉപയോഗിക്കണമെന്ന് നിയമമുണ്ട്.

7. കൊഴുപ്പു കൂടിയ ഇറച്ചിക്കറിയായ സലാമി (ഗൾഫ്) യൂറോപ്യൻ സോസേജുകൾ എന്നിവ. ഇപ്പോളിത് ഇവിടെ നമുക്കും സുലഭമാണ്.
കൊളസ്ട്രോൾ കുറയ്ക്കാനുള്ള ഭക്ഷണങ്ങൾ

മുകളിൽ പറഞ്ഞവ ഒഴിവാക്കി കൊളസ്ട്രോൾ കുറയ്ക്കാനുത കുന്നവ ഉൾപ്പെടുത്തി ഭക്ഷണം ആരോഗ്യദായകമാക്കാവുന്നതാണ്. അപ്രകാരം ഹൈ ഡെൻസിറ്റി ലൈപ്പോപ്രോട്ടീൻ ലോ ഡെൻസിറ്റി ലൈപ്പോപ്രോട്ടീൻ അനുപാതം ആരോഗ്യകരമായ നിലയിലാക്കാം.

1 അതുകൊണ്ട് ഇറച്ചി പാൽക്കട്ടി എന്നിവ ഒഴിവാക്കി അണ്ടിപ്പരിപ്പ്, കപ്പലണ്ടി, ഒലീവ് എണ്ണ എന്നിവ കഴിക്കാം. ഇവയിൽ മോണോ അൺസാച്ചുറേറ്റഡ് കൊഴുപ്പ് അടങ്ങിയിട്ടുണ്ട്. മുഫ (MUFA monounsaturated fats) ഇപ്രകാരം അനുപാതം ശരിയാക്കുന്നു.

2 കേക്കുകളും ബിസ്കറ്റുകളും കഴിക്കുന്നതിനു പകരം പഴങ്ങൾ കഴി ക്കുക.

3 മനുഷ്യനടക്കം എല്ലാ ജീവജാലങ്ങളും ഉത്ഭവിച്ച് പരിണമിച്ചുണ്ടാ യത് കടലിൽ നിന്നാണ്. കടൽ മത്സ്യങ്ങളായ അയില, ചാള, സാർഡൈൻ, ട്രൗട്ട്, സാൽമൺ, ട്യൂണ എന്നിവയിൽ ആരോഗ്യദാ യകമായ ഒമേഗ-3 കൊഴുപ്പുകൾ അടങ്ങിയിട്ടുണ്ട്. അവയും ഈ അനുപാതം ആരോഗ്യകരമാക്കുകയും രക്തസമ്മർദ്ദം കുറയ്ക്കു കയും ചെയ്യുന്നു.

4 അതായത് ആഴ്ചയിൽ മൂന്നു പ്രാവശ്യം മേല്പറഞ്ഞ കടൽ മത്സ്യം, ഓട്സ്, തവിട്, ധാന്യങ്ങൾ, ബീൻസ്, തുവര പയർ, നീളൻ പയർ എന്നിവ അലിയുന്ന നാരുകൾ പ്രദാനം ചെയ്യുന്നു. ഇവ ശരീരത്തിൽ നിന്നും കൊളസ്ട്രോൾ കുറയ്ക്കുവാൻ സഹായിക്കുന്നു.

16. ആരോഗ്യകരമായ ഭക്ഷണരീതി എന്നാൽ തടി കുറയ്ക്കൽ മാത്രമല്ല

അതു കൊളസ്ട്രോൾ കുറയ്ക്കുന്നത് കൂടിയായിരിക്കണം. അതായത് ചീത്ത കൊളസ്ട്രോൾ കുറച്ച് കൊഴുപ്പ് കുറച്ച് ശരിയായ ഭാരം നിലനിർത്തുന്നതായിരിക്കണം. കൊളസ്ട്രോൾ നമുക്കാവശ്യമാ ണ്, അതേ സമയം കൊഴുപ്പും ആവശ്യമാണ്. ഇവ ആവശ്യത്തിൽ കൂടു തലാവുന്നതാണ് കുഴപ്പം. ഒരു ഭക്ഷണവും തീരെ കൊഴുപ്പില്ലാത്തതും കൊളസ്ട്രോൾ ഇല്ലാത്തതുമല്ല. സ്വാഭാവികപ്രതിരോധവും പോഷക ങ്ങൾ വലിച്ചെടുക്കലും കൊഴുപ്പ് ഏറ്റെടുത്തിട്ടുള്ള ജോലികളാണ്. കൊള സ്ട്രോളുകളുടെ ശരിയായ അനുപാതത്തിനു പുറമെ കൊളസ്ട്രോൾ

കുറയ്ക്കുന്നത് ഹൃദ്രോഗം മൂലമുള്ള മരണം കുറയ്ക്കുമെന്ന് തെളിഞ്ഞി ട്ടുണ്ട്.

സാധാരണ ആരോഗ്യമുള്ള ഒരാളുടെ പ്രതിദിന കൊളസ്ട്രോൾ ഉപഭോഗം 300 മില്ലിഗ്രാമാണ്. രക്തത്തിൽ കൊളസ്ട്രോൾ കൂടുതലു ള്ളവരിൽ അത് 200 മില്ലിഗ്രാമിൽ കുറവേ പാടുള്ളു. ഇത് നാം കഴി ക്കുന്ന ഭക്ഷണം നിയന്ത്രിക്കുന്നതിലൂടെ മാത്രമേ ചെയ്യാനാകൂ. കൊള സ്ട്രോൾ കൂടുന്നതോടൊപ്പമുള്ള മാംസജന്യമായ സാച്ചുറേറ്റഡ് കൊഴു പ്പുകളാണ് ഇവിടെ ശരിയായ വില്ലന്മാർ, കൊളസ്ട്രോളുകളല്ല. അതു കൊണ്ട് മാംസഭക്ഷണം ഒഴിവാക്കിയാൽ കൊളസ്ട്രോൾ ഫലപ്രദമായി കുറയ്ക്കാം. സസ്യജന്യമായ നാരുകളുള്ള ഭക്ഷണമാകണം കൊള സ്ട്രോൾ കുറയ്ക്കുന്ന ഭക്ഷണത്തിന്റെ അടിസ്ഥാനം. മുകളിൽ കൊടു ത്തിട്ടുള്ള കൊളസ്ട്രോൾ കുറയ്ക്കുന്ന ഭക്ഷണത്തിന് ഈ ലക്ഷ്യം കൈവരിക്കാനാകും. ലക്ഷ്യം ഹൈ ഡെൻസിറ്റി ലൈപ്പോപ്രോട്ടീൻ ലോ ഡെൻസിറ്റി ലൈപ്പോപ്രോട്ടീൻ അനുപാതം ശരിയായി നിലനിർത്തലും കൊഴുപ്പ് ആരോഗ്യകരമായ നിലയിൽ നിർത്തുകയുമാണ്. അല്ലെങ്കിൽ ചീത്തകൊഴുപ്പുകൾ ശരീരത്തിലടിഞ്ഞുകൂടി ആരോഗ്യം അപകടത്തി ലാകും.

17. ട്രൈഗ്ലിസറൈഡുകൾ നിങ്ങളുടെ ആരോഗ്യത്തെ ബാധിക്കുന്ന വിധം

ഇവ കൂടിയാൽ സ്ട്രോക്കും ഹൃദ്രോഗവും വരാം. ഇവയെ നിയ ന്ത്രിക്കുന്നതെങ്ങനെയെന്ന് നോക്കാം. രക്തസമ്മർദ്ദവും രക്തത്തിലെ പഞ്ചസാരയും നോക്കിക്കൊണ്ടിരിക്കുന്നവർ കുറച്ചുകൂടി ശ്രദ്ധിക്കേണ്ട കാര്യങ്ങളാണ് മദ്യം ഉപയോഗിക്കാതിരിക്കലും പുകവലി ഉപേക്ഷിക്കലും. അതുപോലെ സുപ്രധാനമാണ് ട്രൈഗ്ലിസറൈഡുകൾ കൂടുതലാണോ എന്നു നോക്കലും. ഇത് ഒരു തരം ലിപ്പിഡ് (കൊഴുപ്പ്) ആണ്. കൊളസ്ട്രോൾ കുറയ്ക്കാനുള്ള ഭക്ഷണരീതി തന്നെ മതി ഇത് കുറ യ്ക്കുവാനും.

ട്രൈഗ്ലിസറൈഡുകൾ

കഴിക്കുന്ന ഭക്ഷണത്തിൽ ആവശ്യത്തിലധികം വരുന്നത് ട്രൈഗ്ലി സറൈഡുകൾ എന്ന കൊഴുപ്പായി മാറ്റപ്പെടുന്നു. ട്രൈഗ്ലിസറൈഡുകൾ കൊഴുപ്പിനെയും ഗ്ലൂക്കോസിനെയും കരളിലേക്കും തിരിച്ചും കൊണ്ടു പോകുന്നു. കൊഴുപ്പ് വലിച്ചെടുക്കപ്പെടുന്നത് കുടലിലെ ദഹിച്ച ഭക്ഷണത്തിൽനിന്നും ചെറുതുള്ളികളായാണ്. അത് കുടലിൽനിന്നും കുടൽ കരൾ രക്തചംക്രമണത്തിലൂടെ നേരിട്ട് കരളിലെത്തുന്നു. (മുക ളിവുള്ള രണ്ടു ചിത്രം ത്യാക്കിയാലും) ട്രൈഗ്ലിസറൈഡുകൾ ഗ്ലിസ റോളും കൊഴുപ്പുമവും ചേർന്ന യൗഗികങ്ങളാണ്. ട്രൈഗ്ലിസറൈഡുകൾ പല തരമുണ്ട്. തന്മാത്രയിൽ ഹൈഡ്രജനുള്ളവ സാച്ചുറേറ്റഡ് എന്നു പറയുന്നു. അല്ലാത്ത തന്മാത്രയിൽ കാർബൺ ആറ്റത്തെ ഇരട്ട ബോണ്ടു

കളാൽ ബന്ധിക്കപ്പെട്ടിരിക്കുന്നു. സസ്യ എണ്ണയിലും മൃഗക്കൊഴുപ്പിലും ട്രൈഗ്ലിസറൈഡുകൾ ധാരാളമാണ്. സ്റ്റാർച്ച് അധികമടങ്ങിയ തെക്കെ ഇന്ത്യൻ ഭക്ഷണത്തിൽ നിന്ന് ട്രൈഗ്ലിസറൈഡുകൾ കൂടുതൽ ഉണ്ടാ കുന്നു. ഉപയോഗിക്കപ്പെടാത്ത ഊർജ്ജം ട്രൈഗ്ലിസറൈഡുകൾ ആയി ശരീരത്തിൽകെട്ടിക്കിടക്കപ്പെടുന്നു.

ഇത് കൊഴുപ്പുകോശങ്ങളിൽ ശേഖരിക്കപ്പെടുന്നു. പിന്നീട് ഹോർമോണുകളാണ് ഇവയാണ് ഭക്ഷണങ്ങൾക്കിടയിലെ ആവശ്യ ത്തിന് ഊർജ്ജമായി മാറ്റുന്നത്. നമ്മുടെ ബാങ്ക് ബാലൻസുപോലെയാണി ത്. കുറച്ച് എടുക്കുകയും കൂടുതൽ ഡെപ്പോസിറ്റ് ചെയ്യുകയും ചെയ്താൽ ബാലൻസ് കൂടി കൊഴുപ്പ് പണക്കാരനാകും. വ്യായാമം കൊണ്ടുള്ള ഊർജ്ജച്ചെലവില്ലാതെ കൂടുതൽ കലോറി ഭക്ഷണം അകത്തു ചെല്ലുന്നതനുസരിച്ച് കൂടുതൽ ട്രൈഗ്ലിസറൈഡുകൾ ശരീര ത്തിൽ ശേഖരിക്കപ്പെടുന്നു. ഈ അവസ്ഥയാണ് ഹൈപ്പർട്രൈഗ്ലിസറീ ഡിമിയ. അതായത് രക്തത്തിൽ ആവശ്യത്തിൽ കൂടുതൽ ട്രൈഗ്ലിസ റൈഡുകൾ ഉണ്ട് എന്നർത്ഥം. ഈ ട്രൈഗ്ലിസറൈഡുകാരന് ആരോഗ്യ പരമായ നിരവധിപ്രശ്നങ്ങൾ അനുഭവിക്കേണ്ടി വരും.

രക്തത്തിലെ സാധാരണ നിലവാരമനുസരിച്ചുള്ള ട്രൈഗ്ലിസറൈ ഡുകൾ.

150 മില്ലിഗ്രാം/ഡെസിലിറ്റർ അഥവാ 1.7 മില്ലിമോൾസ്/ലിറ്റർവരെ.

അല്പം കൂടുതൽ 150–199 മില്ലിഗ്രാം/ഡെസിലിറ്റർ അഥവാ 1.8–2.2 മില്ലിമോൾസ്/ലിറ്റർ വരെ.

കൂടുതൽ 200–499 മില്ലിഗ്രാം/ഡെസിലിറ്റർ അഥവാ 2.

3–5.6 മില്ലിമോൾസ്/ലിറ്റർ വരെ.

വളരെ കൂടുതൽ 500 മില്ലിഗ്രാമിൽ കൂടുതൽ/ഡെസിലിറ്റർ അഥവാ 5.7 മില്ലിമോൾസ്/ലിറ്ററിലും കൂടുതൽ. (രക്തം പരിശോധിക്കുന്നതിന് മുമ്പായി 9–12 മണിക്കൂർ ഭക്ഷണം കഴിക്കാതിരിക്കണം.)

അമേരിക്കൻ ഹാർട്ട് അസോസിയേഷൻ 100 മില്ലിഗ്രാമിൽ (1.3 മില്ലി മോൾസ്/ലിറ്റർ) താഴെയാണ് ആരോഗ്യകരമായ നിലവാരമായി പറ യുന്നത്. പക്ഷേ, ഈ നിലവാരത്തിലെത്താനായി മരുന്നു കഴിക്കണമെന്ന് പറയുന്നില്ല. ഭക്ഷണക്രമീകരണം, വ്യായാമം തുടങ്ങിയ ജീവിതശൈ ലീ മാറ്റങ്ങളാണ് നിർദ്ദേശിക്കുന്നത്. പൊതുവെ ജീവിതശൈലിമാറ്റം കൊണ്ട് ട്രൈഗ്ലിസറൈഡുകൾ വേഗം താഴാറുണ്ടെന്ന് പഠനങ്ങൾ തെളി യിച്ചിട്ടുണ്ട്. എല്ലാ രോഗികളും ഈ അവസരം ശരിക്കും ഉപയോഗിക്കേ ണ്ടതാണ്.

18. ട്രൈഗ്ലിസറൈഡുകൾ, കൊളസ്ട്രോൾ ഇവ തമ്മിലുള്ള വ്യത്യാസം

ഇവ രക്തത്തിലുള്ള വ്യത്യസ്ത ലിപ്പിഡു(കൊഴുപ്പു)കളാണ്. ട്രൈഗ്ലിസറൈഡുകൾ ഉപയോഗിക്കാത്ത ഊർജ്ജമാണ്. ഭക്ഷണം കഴി

ക്കാത്തപ്പോൾ അവ ആവശ്യം വരുമ്പോൾ പണം ബാങ്കിൽനിന്നും എടു ക്കുന്നതുപോലെ ചെലവാക്കപ്പെടുന്നു. കൊളസ്ട്രോൾ ആകട്ടെ കോശ ത്തിന്റെ പ്രവർത്തനത്തിനും ചില ഹോർമോൺ ഉല്പാദനത്തിനും പിത്ത നീരുണ്ടാക്കാനും ഉപയോഗിക്കപ്പെടുന്നു. ജലനിബിഡമായ രക്തത്തിൽ ഇവ രണ്ടും അലിയുകയില്ല. അവ കൊഴുപ്പും പ്രോട്ടീനും ചേർന്ന ലൈപ്പോപ്രോട്ടീനുകളിൽ അലിഞ്ഞ് രക്തം വഴി ദേഹമാസകലം സഞ്ച രിക്കുന്നു.

ട്രൈഗ്ലിസറൈഡുകൾ രക്തധമനികളിൽ പറ്റിപ്പിടിച്ച് അഥിരോമ ഉണ്ടാക്കുന്നു. ഇതാണ് അഥിരോസ്ക്ലിറോസിസ് (atherosclerosis) ആയി സ്ട്രോക്കും ഹൃദ്രോഗവും ഉണ്ടാക്കുന്നത്. ട്രൈഗ്ലിസറീഡിമിയ എന്ന ട്രൈഗ്ലിസറൈഡുകൾ വർദ്ധിക്കുന്നതോടൊപ്പം ആണ് മെറ്റബോളിക് സിൻഡ്രോം (metabolic syndrome)എന്നറിയപ്പെടുന്ന അമിതഭാരം, രക്ത ത്തിലെ ഉയർന്ന പഞ്ചസാര, ഉയർന്ന കൊളസ്ട്രോൾ അരക്കെട്ടിലും മറ്റും ശേഖരിക്കപ്പെടുന്ന കൊഴുപ്പ് എന്നിവയും കാണപ്പെടുന്നത്. ടൈപ്പ് രണ്ട് പ്രമേഹത്തിൽ രോഗം അനിയന്ത്രിതമാകുമ്പോൾ ട്രൈഗ്ലിസറീഡിമിയ കാണാറുണ്ട്. മറ്റു കാരണങ്ങൾ തൈറോയ്ഡ് പ്രവർത്തനം കുറയുക, കരൾ വൃക്കരോഗങ്ങൾ, ജന്മനാ ഉള്ള ട്രൈഗ്ലിസറൈഡുകൾ ഉപയോഗി ക്കാൻ കഴിയാത്ത രോഗം എന്നിവയാണ്.

ചില മരുന്നുകൾ കഴിക്കുമ്പോൾ ട്രൈഗ്ലിസറൈഡുകൾ കൂടാറുണ്ട്. ഉദാഹരണമായി ബീറ്റാ ബ്ലോക്കറുകൾ, ജനനനിയന്ത്രണ ഗുളികകൾ, മൂത്രം കൂടുതൽ പോകാനുള്ള മരുന്നുകൾ, സ്റ്റെറോയ്ഡുകൾ, അർബ്ബുദ മരുന്നായ ടാമോക്സിഫെൻ എന്നിവയാണവ.

19. ട്രൈഗ്ലിസറൈഡുകൾ കുറയ്ക്കാനുള്ള ഏറ്റവും നല്ല മാർഗ്ഗം

1. സംശയമെന്ത്? ആരോഗ്യകരമായ ജീവിതശൈലി സ്വീകരിക്കുക തന്നെ. തെറ്റായ ശൈലി കൊണ്ടുവന്ന രോഗത്തിന് ആ ശൈലി മാറ്റുക തന്നെ വേണമല്ലോ. 'മാറ്റുവിൻ ജീവിതശൈലി' എന്നായി രിക്കണം ഓരോ ട്രൈഗ്ലിസറീഡിമിയ (രക്തത്തിൽ ട്രൈഗ്ലിസറൈഡ് കൂടുന്ന അവസ്ഥ) ഉള്ളവരുടെയും മുദ്രാവാക്യം.

2. അടുത്തതായി ഭാരം കുറയ്ക്കണം. 2-5 കിലോ ഭാരം കുറയ്ക്കാതെ ട്രൈഗ്ലിസറീഡിമിയ കുറയുകയില്ല. ഭാരം കുറയുന്നതോടെ കൈവരുന്ന ഊർജ്ജസ്വലതയും ശക്തിയും ആകർഷകത്വവും സ്വപ്നം കണ്ട് തടി കുറച്ചാലും. തടി കുറഞ്ഞ സമയത്തെ ഫോട്ടോ എടുത്ത് സ്വീകരണമുറിയിൽ വെച്ചാലും. അത് നിങ്ങൾ ദിവസവും കാണുമല്ലോ. ആ ഛായ മനസ്സിൽ ആഴത്തിൽ പതിയട്ടെ.

3. ട്രൈഗ്ലിസറൈഡുകൾ കുറയ്ക്കാൻ വ്യായാമം വളരെ സുഖമായി ചെയ്യും. വ്യായാമം ചെയ്യുമ്പോൾ ട്രൈഗ്ലിസറൈഡുകളാണ് ആദ്യം കുറയുക.

4. ഭക്ഷണത്തിലെ കലോറി കുറച്ചാലും. ട്രൈഗ്ലിസറൈഡുകൾ ഇപ്ര

കാരം കുറയും.

5. റിഫൈൻ ചെയ്ത ഭക്ഷണം, പഞ്ചസാര, വെളുത്ത മാവ് കൊണ്ടു ള്ള ഭക്ഷണം എന്നിവ ഒഴിവാക്കുക.

6. ഭക്ഷണത്തിൽ കൊളസ്ട്രോൾ ഒരു ദിവസം 200-300 മില്ലിഗ്രാം വരെ മാത്രമേ ആകാവൂ. പ്രത്യേകിച്ച് കൂടുതൽ കൊളസ്ട്രോൾ സാന്ദ്ര തയുള്ളവ തീരെ ഒഴിവാക്കണം. അതായത് മാംസം, മുട്ടയിലെ മഞ്ഞ, നെയ്യുള്ള പാല് എന്നിവ തീരെ ഒഴിവാക്കേണ്ടവയിൽ പെടുന്നു.

7. കൊഴുപ്പ് കഴിക്കുമ്പോൾ സസ്യ എണ്ണയായ മുഫ എന്ന മോണോ അൺസാച്ചുറേറ്റഡ് കൊഴുപ്പ് (monounsaturated fat) ഉദാഹരണ മായി ഒലീവ് എണ്ണ, പീനട്ട് എണ്ണ, കനോല എണ്ണ, സൂര്യകാന്തി എണ്ണ, ഒമേഗ 3 കൊഴുപ്പ്, അയില, ചാള, സാൽമൺ എന്നീ മത്സ്യങ്ങൾ ഉപയോഗിക്കാം.

8. ബേക്കറി ഉല്പന്നങ്ങളായ കേക്ക്, വറുത്തവയിൽ ട്രാൻസ് കൊ ഴുപ്പ് (trans fat)ധാരാളമുണ്ട്. അവ ഒഴിവാക്കണം. ഹൈഡ്രോജ നേറ്റഡ് എണ്ണ (hydrogenated oil)ഉണ്ടെങ്കിൽ അത് ഈ കൂട്ടത്തി ലുള്ളത് തന്നെ. ടി വി കണ്ടു കൊണ്ടിരിക്കുമ്പോൾ എണ്ണയിൽ വറുത്ത ചിപ്സ് എന്നിവ തിന്നുകൊണ്ടിരിക്കരുത്. തീറ്റ നിയന്ത്ര ണമില്ലാതെ കൂടിപ്പോകും. കൊളസ്ട്രോളും കൂടും, നാമറിയാതെ.

9. മദ്യപാനം ചെറിയ തോതിലാണെങ്കിലും അപകടം തന്നെ. മദ്യം കലോറി കൂടുതലായതിനാലും പഞ്ചസാര കൂടുതലായതിനാലും ട്രൈഗ്ലിസറൈഡുകൾ കൂടും.

10. നല്ല വ്യായാമം ചുരുങ്ങിയത് 30 മിനിട്ടെങ്കിലും ദിവസേന ചെയ്താൽ ഹൈ ഡെൻസിറ്റി ലൈപ്പോപ്രോട്ടീൻ കൊളസ്ട്രോൾ എന്ന നല്ല കൊളസ്ട്രോൾ കൂടുകയും ലോ ഡെൻസിറ്റി ലൈപ്പോപ്രോട്ടീൻ കൊളസ്ട്രോൾ എന്ന ചീത്ത കൊളസ്ട്രോൾ കുറയുകയും ചെയ്യും. നടത്തം, നീന്തൽ, സൈക്കിൾ സവാരി എന്നിവ നല്ലതാണ്.

11. പ്രമേഹവും രക്തസമ്മർദ്ദവും കൂടെയുണ്ടെങ്കിൽ അവ കൂടുതൽ കർശനമായി നിയന്ത്രിക്കണം.

12. മരുന്നുകൾ ആവശ്യമുണ്ടോ? അതെ, ഭക്ഷണവും വ്യായാമവും ഫല പ്രദമല്ലെങ്കിൽ നിങ്ങളുടെ ഡോക്ടർ നിങ്ങൾക്ക് മരുന്നുകൾ കുറിച്ച് തന്നേക്കാം. ലോ ഡെൻസിറ്റി ലൈപ്പോപ്രോട്ടീൻ കുറയ്ക്കുവാനുള്ള മരുന്നുകളാണ് ട്രൈഗ്ലിസറൈഡുകൾ കുറയ്ക്കുന്നതിനേക്കാൾ കൂടുതൽ പ്രാധാന്യം കൊടുക്കുന്നത്. കൂടുതൽ അപകടകാരിയെ ആദ്യം പിടിക്കുക എന്നതല്ലേ ശരിയായ തന്ത്രം.

13. ലോ ഡെൻസിറ്റി ലൈപ്പോപ്രോട്ടീൻ കൊളസ്ട്രോൾ കുറയ്ക്കാ നുള്ള മരുന്നുകൾ ഫലപ്രദമാണ്. (ഇവയെപ്പറ്റി വിശദമായി താഴെ യുള്ള അദ്ധ്യായങ്ങളിൽ വായിച്ചാലും)

14. നിയസിൻ എന്ന നിക്കോട്ടിനിക് ആസിഡ്. ഇത് ലോ ഡെൻസിറ്റി

ലൈപ്പോപ്രോട്ടീൻ കൊളസ്ട്രോൾ മാത്രമല്ല ട്രൈഗ്ലിസറൈഡുകളും കുറയ്ക്കുന്നു. നിയസിൻ എന്ന മരുന്ന് വിറ്റമിനാണ്, നിരുപദ്രവ മാണ് എന്നു കരുതി ഡോക്ടറുടെ ഉപദേശമില്ലാതെ കഴിക്കരുത്. ഇത് പല മരുന്നുകളുമായി പ്രതിപ്രവർത്തനം നടത്തുന്നതും പാർശ്വ ഫലമുണ്ടാക്കാൻ പോന്നതുമാണ്.

15. **ഫൈബ്രേറ്റ് (fibrate)മരുന്നുകൾ.**
ഇവ ഫിനൊഫൈബ്രേറ്റ്, ജംഫിബ്രോസിൽ എന്നിവയാണ്. ഇവ ട്രൈഗ്ലിസറൈഡുകൾ കുറയ്ക്കുന്നു.

16. **സ്റ്റാറ്റിനുകൾ.**
ഈ മരുന്നുകൾ രോഗികളുടെ ഇടയിൽ വളരെ പ്രസിദ്ധമാണ്. നിങ്ങൾക്ക് ഹൈ ഡെൻസിറ്റി ലൈപ്പോപ്രോട്ടീൻ കൊളസ്ട്രോൾ കുറവും ലോ ഡെൻസിറ്റി ലൈപ്പോപ്രോട്ടീൻ കൊളസ്ട്രോൾ കൂടു തലുമെങ്കിൽ നിങ്ങളുടെ ഡോക്ടർ സ്റ്റാറ്റിൻ തനിയെയോ, സ്റ്റാറ്റിനും നിയസിനുമൊ സ്റ്റാറ്റിനും ഫൈബ്രേറ്റുമോ തരും. സ്റ്റാറ്റിൻ കഴിക്കു മ്പോൾ അതിന്റെ പാർശ്വഫലങ്ങളായ പേശിവേദന, ഓക്കാനം, വയ റിളക്കം, മലബന്ധം എന്നിവ ശ്രദ്ധിച്ചിരിക്കണം.

17. **അനുരൂപ പദാർത്ഥങ്ങൾ.**
ഒമേഗ-3 ഫാറ്റി ആസിഡ് (ഒരു തരം കൊഴുപ്പ് അല്ലാം) ഭക്ഷണ ത്തിലുൾപ്പെടുത്തിയാൽ അത് കൊളസ്ട്രോൾ കുറയ്ക്കാൻ അപായരഹിതമായി സഹായിക്കും. കടൽ മത്സ്യങ്ങളിലുള്ള ഇവ ഗുളികരൂപത്തിൽ ലഭ്യമാണ്. ഇതിനും പ്രതിപ്രവർത്തനസാദ്ധ്യത യുണ്ട്. അതിനാൽ നിങ്ങളുടെ ഡോക്ടറുടെ അഭിപ്രായം തേടിയി രിക്കണം.

18. **മരുന്നുകൾ ഗുണം ചെയ്യും. തീർച്ച.**
പക്ഷേ, നിങ്ങൾ സ്വീകരിക്കേണ്ട ജീവിതശൈലിമാറ്റം അതിലും കൂടുതൽ ഗുണം ചെയ്യുമെന്നും തീർച്ച. അത് തീർത്തും സ്വാഭാവി കമായും അപായരഹിതമായും ചെയ്യാം. ഇവകൊണ്ട് ലക്ഷ്യമിടുന്ന ത് ലോ ഡെൻസിറ്റി, വെരി ലോ ഡെൻസിറ്റി കൊളസ്ട്രോളുകൾ ഫലപ്രദമായി കുറയ്ക്കാനാണ്.

വെരി ലോ ഡെൻസിറ്റി ലൈപ്പോപ്രോട്ടീൻ കൊളസ്ട്രോൾ- ഇതു കൊണ്ടുള്ള പ്രശ്നം.

ഇത് 5-40 മില്ലിഗ്രാം/ഡെസിലിറ്ററാണ് സാധാരണയായി ഉണ്ടായി രിക്കേണ്ടത്. ഇതിലാണ് ഏറ്റവും കൂടുതൽ ട്രൈഗ്ലിസറൈഡുകൾ ഉള്ളത്. അതുകൊണ്ട് ഇതുകൂടിയാൽ ഹൃദ്രോഗം, സ്ട്രോക് സാദ്ധ്യതകൾ കൂടും.

20. ആർക്കസ് സിനൈലിസും ഉയർന്ന കൊളസ്ട്രോളും ശ്രദ്ധിപ്പെട്ട ബന്ധം

പ്രായമായവരിൽ കാണുന്ന കണ്ണിലെ കോർണിയ എന്ന നേത്ര പടലത്തിൽ കൃഷ്ണമണിക്കു ചുറ്റുമായി വൃത്താകൃതിയിൽ കാണുന്ന

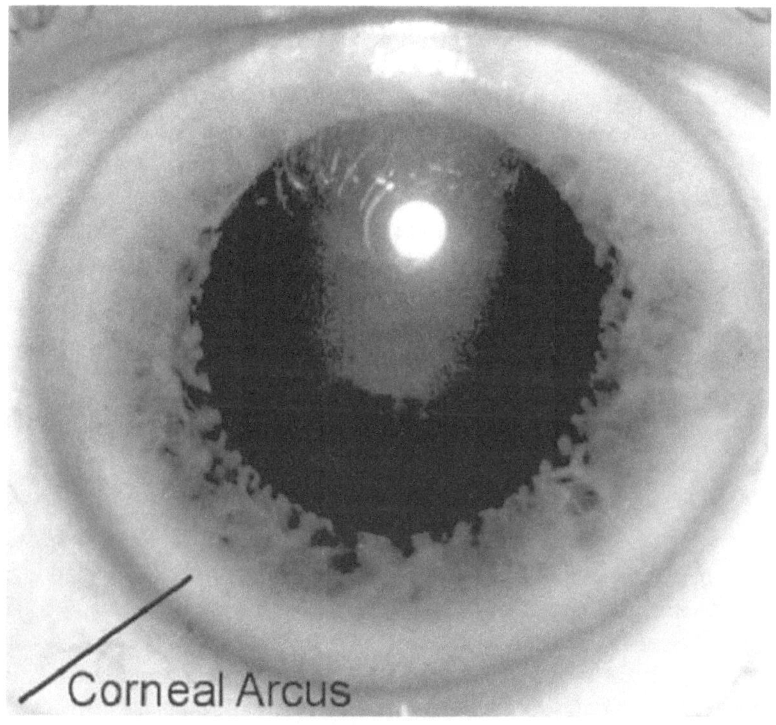

ആർകസ് സിനൈലിസ്

തിനെയാണ് ആർകസ് സിനൈലിസ് (arcus sinilis) എന്ന പേരിൽ അറി
യപ്പെടുന്നത്. ഇതും കൊളസ്ട്രോളും തമ്മിൽ ബന്ധമില്ല. എന്നാൽ കുടും
ബങ്ങളിൽ കാണുന്ന ഫെമിലിയൽ ഹൈപ്പർലിപ്പിഡീമിയ (familial
hyperlipidaemia) എന്ന അവസ്ഥയിൽ കൊളസ്ട്രോൾ കൊണ്ടുള്ള
കണ്ണുരോഗങ്ങളും ഇതുപോലുള്ള വൃത്താകാരവും കാണാറുണ്ട്.
ഇവർക്ക് ഉയർന്ന കൊളസ്ട്രോളും ട്രൈഗ്ലിസറൈഡുകളും കാണാറു
ണ്ട്. ഇതിനുള്ള ചികിത്സ ഇതുരണ്ടും കുറയ്ക്കുന്നതിനുള്ള ചികിത്സ
തന്നെയാണ്.

21. കൊളസ്ട്രോൾ അനുപാതത്തിന്റെ പ്രാധാന്യം

കൊളസ്ട്രോൾ അനുപാതം പറയുന്നത് ആകെയുള്ള കൊളസ്ട്രോ
ളിനെ ഹൈ ഡെൻസിറ്റി ലൈപ്പോപ്രോട്ടീൻ കൊളസ്ട്രോൾകൊണ്ട് ഹരി
ക്കുമ്പോൾ ലഭിക്കുന്നതാണ്. ഇത് ഹൃദ്രോഗസാദ്ധ്യതയെക്കുറിച്ച് ഉപയോ
ഗപ്രദമായ വിവരം തരും. എന്നാൽ ചികിത്സയ്ക്ക് വ്യക്തമായ എല്ലാ
വിവരങ്ങളും ലോ ഡെൻസിറ്റി ലൈപ്പോപ്രോട്ടീൻ, ട്രൈഗ്ലിസറൈഡുകൾ
എന്നിവയുടെ രക്തനിലവാരം അടക്കമുള്ളവ ആവശ്യമാണ്.

കൊളസ്ട്രോൾ അനുപാതം കണക്കാക്കുന്ന വിധം.

ഒരു വ്യക്തിക്ക് ആകെയുള്ള കൊളസ്ട്രോൾ 200 മില്ലിഗ്രാമെന്ന് കരുതുക. അദ്ദേഹത്തിന് ഹൈ ഡെൻസിറ്റി ലൈപ്പോപ്രോട്ടീൻ കൊളസ്ട്രോൾ 50 മില്ലിഗ്രാമാണെങ്കിൽ കൊളസ്ട്രോൾ അനുപാതം 4:1 ആണ്. കൂടുതലുള്ള കൊളസ്ട്രോൾ അനുപാതം ഹൃദയത്തിന് അപകടസാദ്ധ്യത വർദ്ധിപ്പിക്കുന്നു. താഴ്ന്ന കൊളസ്ട്രോൾ അനുപാതം നല്ലതാണ്. മുമ്പ് പറഞ്ഞതുപോലെ ലോ ഡെൻസിറ്റി ലൈപ്പോപ്രോട്ടീൻ, ട്രൈഗ്ലിസറൈഡുകൾ എന്നിവ കൂടുന്നതും ഹൈ ഡെൻസിറ്റി ലൈപ്പോപ്രോട്ടീൻ കുറയുന്നതും അപകടമാണ്. നേരെ വിപരീതമായാൽ നല്ലതാണ്.

അതുപോലെ ഹൈ ഡെൻസിറ്റി ലൈപ്പോപ്രോട്ടീൻ കൊളസ്ട്രോളും ലോ ഡെൻസിറ്റി ലൈപ്പോപ്രോട്ടീൻ കൊളസ്ട്രോളും തമ്മിൽ അനുപാതം കണക്കാക്കാറുണ്ട്.

22. കൊളസ്ട്രോൾ ടെസ്റ്റ് കിറ്റുകളുടെ വിശ്വസനീയത

ലാബുകളിൽ ചെയ്യുന്ന ടെസ്റ്റിന്റെ അത്രയും വിശ്വാസ്യത ഏതായാലും വീട്ടിൽവെച്ച് കിറ്റുകൾകൊണ്ട് ചെയ്തു കിട്ടുന്ന റിസൾട്ടുകൾക്കില്ല. പലപ്പോഴും അവ മാറിമാറി വരാറുണ്ട്. ഒരേ സാമ്പിൾ രണ്ട് ലാബിൽ ഒരേ സമയം പരിശോധിക്കുന്നത് ഒരു രോഗത്തിന് രണ്ടു ഡോക്ടർമാരെ കാണുന്നതിനേക്കാൾ നല്ലതാണ്. കൊളസ്ട്രോൾ ടെസ്റ്റ് കിറ്റുകൾ മിക്കവയും ആകെയുള്ള കൊളസ്ട്രോൾ മാത്രമേ അളക്കാറുള്ളൂ. ഇപ്പോൾ കൊളസ്ട്രോൾ, യൂറിയ, ഷുഗർ എന്നിവ ഒരുമിച്ച് അളക്കുന്നതും ഹൈ ഡെൻസിറ്റി ലൈപ്പോപ്രോട്ടീൻ, ലോ ഡെൻസിറ്റി ലൈപ്പോപ്രോട്ടീൻ, ട്രൈഗ്ലിസറൈഡുകൾ, വെരി ലോ ഡെൻസിറ്റി ലൈപ്പോപ്രോട്ടീൻ എന്നിവ പ്രത്യേകം കാണിക്കുന്നതും വന്നു തുടങ്ങിയിരിക്കുന്നു.

9-12 മണിക്കൂർ ഭക്ഷണം കഴിക്കാതെ രക്തം എടുക്കണം എന്ന നിബന്ധന വീട്ടിലെ കൊളസ്ട്രോൾ ടെസ്റ്റ് കിറ്റുകൾകൊണ്ട് ചെയ്യുമ്പോൾ പാലിക്കപ്പെടാറില്ല. വിവിധ തരം കൊളസ്ട്രോൾ അറിയുന്നതും ചികിത്സിക്കുന്നതും മാത്രമല്ല, പുകവലി നിർത്തൽ, രക്തസമ്മർദ്ദ നിയന്ത്രണം എന്നിവയും വളരെ പ്രാധാന്യമർഹിക്കുന്നു.

23. കൊളസ്ട്രോൾ വളരെ കുറയുമ്പോഴുള്ള രോഗങ്ങൾ

ആകെയുള്ള കൊളസ്ട്രോൾ പ്രത്യേകിച്ച് ലോ ഡെൻസിറ്റി ലൈപ്പോപ്രോട്ടീൻ കൊളസ്ട്രോൾ വളരെ കുറഞ്ഞാലത് ചില രോഗങ്ങളുടെ സൂചകമായി അടുത്ത കാലത്ത് ഗവേഷണങ്ങൾ തെളിയിച്ചുകൊണ്ടിരിക്കുന്നു.

1. അർബ്ബുദം.
2. വിഷാദരോഗം.

3. ഉൽക്കണ്ഠ.
4. ഗർഭിണികളിൽ മാസം തികയാതെ പ്രസവിക്കൽ.

ആകെയുള്ള കൊളസ്ട്രോൾ 200 മില്ലിഗ്രാം/ഡെസിലിറ്ററിൽ താഴെ ആകണം. ലോ ഡെൻസിറ്റി ലൈപ്പോപ്രോട്ടീൻ കൊളസ്ട്രോൾ 70–100 മില്ലിഗ്രാമിൽ താഴെയാകണം. സംശയമുള്ളത് ഓരോ വ്യക്തിയുടെയും കാര്യത്തിൽ ഡോക്ടറോട് ചോദിക്കുന്നതാണുത്തമം. അതിന് വിവിധ കൊളസ്ട്രോളുകളുടെ കൃത്യമായ നിലവാരം ഡോക്ടർക്ക് അറിയണം.

24.രക്തത്തിലെ കൊളസ്ട്രോൾ നിലവാരം

എത്ര വേണമെന്ന നിബന്ധന പലപ്പോഴും ആശയക്കുഴപ്പമുണ്ടാ ക്കുന്നതിനു പുറമെ ചിലപ്പോൾ ബാലിശമായും തോന്നാം.

വൈദ്യശാസ്ത്രരംഗത്ത് വ്യക്തിപരമായ തീരുമാനത്തിന് വളരെ പ്രാധാന്യമുണ്ട്. ജൈവശാസ്ത്രരംഗത്തെ വ്യതിയാനങ്ങളാണ് (variations) അതിന് കാരണം. ഓരോ വ്യക്തിയും പ്രകൃതിയുടെ ഓരോ പരീ ക്ഷണങ്ങളാണ്. ഹൃദ്രോഗസാധ്യതയുള്ളവർ ലോ ഡെൻസിറ്റി ലൈപ്പോ പ്രോട്ടീൻ കൊളസ്ട്രോൾ കുറയ്ക്കാൻ ശ്രമിക്കണമെന്നുള്ളത് തർക്ക മറ്റ കാര്യമാണ്. കൊളസ്ട്രോൾ നിർണ്ണയിക്കുമ്പോൾ അമേരിക്കയിലും പല രാജ്യങ്ങളിലും മില്ലിഗ്രാം/ ഡെസിലിറ്റർ ആയാണ് അളക്കുന്നത്. ക ാനഡയിലും യൂറോപ്പിലും പൊതുവെ മില്ലിമോൾ/ ലിറ്ററായും അളക്കുന്നു. ലാബ് റിപ്പോർട്ട് കിട്ടുമ്പോൾ ഇതും ശ്രദ്ധിക്കണം.

ആകെയുള്ള കൊളസ്ട്രോൾ

അമേരിക്കയും മറ്റുരാജ്യങ്ങളും	കാനഡയും യൂറോപ്പും. (ഇവിടെ മില്ലിമോളിൽ അളക്കപ്പെടുന്നു)
200 മില്ലിഗ്രം/ഡെസി ലിറ്ററിൽ താഴെ	5.2 മില്ലിമോൾ/ലിറ്ററിൽ താഴെ –അഭികാമ്യം
200 –239 മില്ലിഗ്രം/ഡെസി ലിറ്റർ	5.26.2 മില്ലിമോൾ/ലിറ്റർ –കുറച്ച് കൂടുതൽ
240 മില്ലിഗ്രം/ഡെസി ലിറ്ററിനും കൂടുതൽ	6.2 മില്ലിമോൾ/ലിറ്ററിനും –കൂടുതൽ ആണ്.

ലോ ഡെൻസിറ്റി ലൈപ്പോപ്രോട്ടീൻ കൊളസ്ട്രോൾ

അമേരിക്കയും മറ്റുരാജ്യങ്ങളും	കാനഡയും യൂറോപ്പും
70മില്ലിഗ്രാം/ഡെസി ലിറ്ററിനും താഴെ	1.8 മില്ലിമോൾ/ലിറ്ററിനും താഴെ കൂടുതൽ ഹൃദയരോഗസാധ്യതയുള്ള വർക്ക് –മാതൃകാപരം

100 മില്ലിഗ്രാം/ഡെസി ലിറ്ററിനും താഴെ	1.8നും2.6 മില്ലിമോൾ/ലിറ്ററിനും ഇടയിൽ ഹൃദയരോഗസാദ്ധ്യത യുള്ളവർക്ക് -മാതൃകാപരം
100-129 മില്ലിഗ്രാം/ഡെസി ലിറ്റർ	2.63.3 മില്ലിമോൾ/ലിറ്റർ- മാതൃകാപരം.
130-159 മില്ലിഗ്രാം/ഡെസി ലിറ്റർ	3.44.1 മില്ലിമോൾ/ലിറ്റർ -അല്പം കൂടുതൽ.
160-189 മില്ലിഗ്രാം/ഡെസി ലിറ്റർ	4.14.9 മില്ലിമോൾ/ലിറ്റർ -കൂടുതൽ.
190 മില്ലിഗ്രാം/ഡെസി ലിറ്ററിനും കൂടുതൽ.	4.9 മില്ലിമോൾ/ലിറ്ററിനും മീതെ-വളരെ കൂടുതൽ

ഹൈ ഡെൻസിറ്റി ലൈപ്പോപ്രോട്ടീൻ കൊളസ്ട്രോൾ

അമേരിക്കയും മറ്റുരാജ്യങ്ങളും	കാനഡയും യൂറോപ്പും
40 മില്ലിഗ്രാം/ഡെസി ലിറ്റർ താഴെ പുരുഷൻ	1 മില്ലിമോൾ/ലിറ്ററിനും താഴെ പുരുഷർ
50 മില്ലിഗ്രാം/ഡെസി ലിറ്റർ താഴെ സ്ത്രീകൾ	1.3 മില്ലിമോൾ/ലിറ്ററിനും താഴെ സ്ത്രീകൾ -മോശം
50-59 മില്ലിഗ്രാം/ഡെസി ലിറ്റർ	1.31.5 മില്ലിമോൾ/ലിറ്റർ -ഭേദപ്പെട്ടത്.
60 മില്ലിഗ്രാം/ഡെസി ലിറ്ററിൽ കൂടുതൽ.	1.5 മില്ലിമോൾ/ലിറ്റിന് മീതെ -വളരെ നല്ലത്.

ട്രൈഗ്ലിസറൈഡുകൾ

അമേരിക്കയും മറ്റുരാജ്യങ്ങളും	കാനഡയും യൂറോപ്പും
150 മില്ലിഗ്രാം/ഡെസി ലിറ്ററിൽ താഴെ	1.7 മില്ലിമോൾ/ലിറ്ററിനു താഴെ —നല്ലത്
150-199 മില്ലിഗ്രാം/ഡെസി ലിറ്റർ	1.72.2 മില്ലിമോൾ/ലിറ്റർ -കുറച്ചു കൂടുതൽ
200-499 മില്ലിഗ്രാം/ഡെസി ലിറ്റർ	2.35.6 മില്ലിമോൾ/ലിറ്റർ -കൂടുതൽ
500 മില്ലിഗ്രാം/ഡെസി ലിറ്ററും കൂടുതലും	5.6 മില്ലിമോൾ/ലിറ്ററിനും മുകളിൽ -വളരെ കൂടുതൽ

അമേരിക്കൻ ഹൃദ്രോഗ സംഘടന ശുപാർശചെയ്യുന്നത് ട്രൈഗ്ലിസ റൈഡുകൾ 100 മില്ലിഗ്രാം/ഡെസി ലിറ്ററിനും താഴെ നില്ക്കുന്നത് നല്ല ധാരണയാണ്. പക്ഷേ, അതിന് മരുന്നുകൾ ശുപാർശ ചെയ്യുന്നില്ല. മൂന്നു കാര്യങ്ങളാണ് ഊന്നിപ്പറയുന്നത്, ജീവിതശൈലിമാറ്റം, ഭക്ഷണനിയന്ത്ര ണം, തടികുറയ്ക്കൽ എന്നീ മൂന്നു കാര്യങ്ങളാണ് പ്രധാനം. ഇതിലെ

ശാസ്ത്രീയത ഈ മൂന്നു കാര്യങ്ങളും ചെയ്യുമ്പോൾ ട്രൈഗ്ലിസറൈഡു കൾ എളുപ്പത്തിൽ കുറയുന്നു എന്നുള്ളതാണ്.

കാനഡയിലെയും യൂറോപ്പിലെയും ശുപാർശകൾ വ്യത്യസ്തമാണ്. ലോ ഡെൻസിറ്റി ലൈപ്പോപ്രോട്ടീൻ നിലവാര ലക്ഷ്യം കൊളസ്ട്രോൾ ഹൃദ്രോഗസാദ്ധ്യതയനുസരിച്ച് വ്യത്യസ്തമായി കണ ക്കാക്കേണ്ടതാണ്.

ഭൂരിഭാഗംപേരിലും അത് 130 മില്ലിഗ്രാം/ഡെസിലിറ്ററിനും താഴെ യായി ലക്ഷ്യമിടുന്നു. അതിനു മീതെയായായാൽ ഹൃദ്രോഗസാധ്യത കൂടുന്നുവെന്നർത്ഥം. വേറെ സാദ്ധ്യതകൾ അതായത് പ്രമേഹം, അമി തഭാരം, പുകവലി തുടങ്ങിയവയുണ്ടെങ്കിൽ അത് 100 ൽ താഴെയാക്കി നിർത്തണം. കാരണം ഈ കാര്യങ്ങൾ ഒരുമിക്കുമ്പോൾ ഹൃദ്രോഗസാ ദ്ധ്യത പതിന്മടങ്ങ് കൂടുന്നു എന്നതാണ് സത്യം. കൂടുതൽ അപകടസാ ദ്ധ്യതയുള്ളവർ 70 ൽ താഴെയാക്കി നിർത്തണം. അല്ലെങ്കിൽ അപ്രതീ ക്ഷിതമായ രോഗങ്ങൾ വരാനിടയുണ്ട്.

24. അപകടസാദ്ധ്യതകൾ

1. പഴയ ഹൃദ്രോഗം അല്ലെങ്കിൽ സ്ട്രോക്.
2. കഴുത്തിലെ കരോട്ടിഡ് ധമനിയിൽ അഥിരോമ മൂലമുള്ള തടസ്സം.
3. കൈയിലോ കാലിലോ ഉള്ള ധമനികളിൽ ഇപ്രകാരമുള്ള തടസ്സം.
4. പുകവലി.
5. രക്തസമ്മർദ്ദം.
6. താഴ്ന്ന ഹൈ ഡെൻസിറ്റി ലൈപ്പോപ്രോട്ടീൻ കൊളസ്ട്രോൾ.
7. പ്രമേഹം.
8. ചെറുപ്പത്തിൽ ഹൃദ്രോഗം വരുന്ന കുടുംബ ചരിത്രം.
9. പുരുഷനാണെങ്കിൽ 45 വയസ്സ് സ്ത്രീയാണെങ്കിൽ 55 വയസ്സ്.
10. ലോ ഡെൻസിറ്റി ലൈപ്പോപ്രോട്ടീൻ കൊളസ്ട്രോൾ കൂടുക, ട്രൈഗ്ലിസറൈഡ് കൂടുക.

പതുങ്ങിയിരിക്കുന്ന ശത്രു.

The reason grandparents and grandchildren get along so well is that they have a common enemy-Sam Levenson

ആരും മനസ്സിലാക്കാത്ത ശത്രു നമ്മുടെ പാരമ്പര്യമാണ്. അതായത് നമ്മുടെ ജീനുകൾ. ആരോഗ്യകരമായ ഭക്ഷണം കഴിച്ചിട്ടും വ്യായാമം ചെയ്തിട്ടും തടിവെക്കാതിരുന്നിട്ടും കൊളസ്ട്രോൾ കൂടുന്നവരെ നാം കാണുന്നില്ലെ? അതുകൊണ്ടാണ് ഇരുപതു വയസ്സ് സമയത്ത് ഒരു അടി സ്ഥാനകണക്ക് എന്ന നിലയിൽ കൊളസ്ട്രോൾ നോക്കിവെക്കണമെന്ന് പറയുന്നത്. പ്രശ്നം നേരത്തെ മനസ്സിലാക്കുന്നത് നേരത്തെ തന്നെ പരിഹാരം ഫലപ്രദമായി നേരിടാൻ സഹായിക്കും. അപ്രകാരം കാണു കയാണെങ്കിൽ ഇടയ്ക്ക് പരിശോധന നടത്തുവാനും അതായത് അഞ്ചു

കൊല്ലത്തിലൊരിക്കലെങ്കിലും പരിശോധിക്കുവാനും പ്രമേഹം, രക്തസമ്മർദ്ദം, പുകവലി, മദ്യപാനം എന്നിവ നിയന്ത്രിക്കുവാനും നിർദ്ദേശിക്കും.

26. നിങ്ങളുടെ നല്ല കുട്ടിയായ ഹൈ ഡെൻസിറ്റി ലൈപ്പോപ്രോട്ടീൻ കൊളസ്ട്രോളിനെ കൂട്ടുന്ന വിധങ്ങൾ

ഈ കൊളസ്ട്രോൾ എത്രയും ശരീരത്തിൽ കൂടുന്നുവോ അത്രയും നല്ലതാണ്. എല്ലാ മെഡിക്കൽ ഉപദേശങ്ങളും കൊളസ്ട്രോൾ കുറയ്ക്കൂ എന്ന് ആവർത്തിച്ചുകൊണ്ടിരിക്കുമ്പോൾ ഇപ്രകാരം വായിക്കുമ്പോൾ അതൊരു ഇരട്ട വർത്തമാനമായി തോന്നാം. വിശദീകരിക്കാം. പഠനങ്ങൾ വ്യക്തമായും കാണിക്കുന്നത് ലോ ഡെൻസിറ്റി ലൈപ്പോപ്രോട്ടീൻ കൊളസ്ട്രോൾ കുറയുന്നതും ഹൈ ഡെൻസിറ്റി ലൈപ്പോപ്രോട്ടീൻ കൊളസ്ട്രോൾ കൂടുന്നതും ഹൃദ്രോഗം കുറയ്ക്കാൻ സഹായിക്കുമെന്നാണ്. ഈ രണ്ടു കൊളസ്ട്രോളുകളും പരസ്പര വിരുദ്ധമാണ്.

ലോ ഡെൻസിറ്റി ലൈപ്പോപ്രോട്ടീൻ കൊളസ്ട്രോൾ ദേഹത്തിലെ എല്ലാ അവയവങ്ങളിലും കോശങ്ങളിലും ലൈപ്പോപ്രോട്ടീൻ എന്ന വാഹകംവഴി എത്തിച്ചേരുന്നു. ആവശ്യം കഴിഞ്ഞ് ബാക്കിയുള്ളതെല്ലാം രക്തത്തിലൂടെ സഞ്ചരിച്ചുകൊണ്ടിരിക്കും. അപ്രകാരം അവ ധമനികളിലൂടെ സഞ്ചരിക്കുമ്പോൾ ധമനികളുടെ ഭിത്തികളിൽ അടിഞ്ഞു കൂടുന്നു. ആ പറ്റിപ്പിടിക്കുന്നവയെ പ്ലാക്കുകൾ എന്നറിയപ്പെടുന്നു. അങ്ങനെ ധമനിയുടെ ഉൾവശം ചുരുങ്ങിച്ചുരുങ്ങി വരുന്നു. അങ്ങനെ അവ അടയുന്നു. പകരം രക്ത ഓട്ട സംവിധാനമില്ലെങ്കിലത് ഗൗരവ രോഗങ്ങളിലേക്ക് നയിക്കുന്നു. ഹൃദയത്തിലും മസ്തിഷ്കത്തിലും സംഭവിക്കുന്നത് അതാണ്. ഇത്തരം പ്രശ്നമുണ്ടാക്കാൻ കാരണഭൂതനായതുകൊണ്ട് ആ കൊളസ്ട്രോളിനെ സ്വാഭാവികമായും ചീത്ത കൊളസ്ട്രോൾ എന്നു വിളിക്കുന്നു.

എന്നാൽ, ഹൈ ഡെൻസിറ്റി ലൈപ്പോപ്രോട്ടീൻ കൊളസ്ട്രോൾ ആകട്ടെ കോശങ്ങളിൽനിന്നും രക്തത്തിൽനിന്നുമുള്ള കൊളസ്ട്രോളിനെ കരളിലേക്ക് കൊണ്ടുപോകുന്നു. അവിടെ കൊളസ്ട്രോൾ വിഘടിക്കപ്പെട്ട് ചയാപചയം ചെയ്യപ്പെടുന്നു. അപ്രകാരം രക്തത്തിൽ കൊളസ്ട്രോൾ നിലവാരം താഴുന്നു. ധമനികൾ രക്ഷ പ്രാപിക്കുന്നു. ആ സൽപ്രവൃത്തി മൂലമാണ് ഹൈ ഡെൻസിറ്റി ലൈപ്പോപ്രോട്ടീൻ കൊളസ്ട്രോളിന് നല്ല കുട്ടി എന്ന പേര് ലഭിച്ചത്.

അതുകൊണ്ട് ഹൃദ്രോഗവും സ്ട്രോക്കും തടയാൻ ലോ ഡെൻസിറ്റി ലൈപ്പോപ്രോട്ടീൻ കൊളസ്ട്രോൾ കുറഞ്ഞാൽ മാത്രം പോരാ ഹൈ ഡെൻസിറ്റി ലൈപ്പോപ്രോട്ടീൻ കൊളസ്ട്രോൾ കൂടുകയും വേണം.

27. ഹൈ ഡെൻസിറ്റി ലൈപ്പോപ്രോട്ടീൻ കൊളസ്ട്രോളിന്റെ നില വാരം

പുരുഷൻ

അപകടസാധ്യത: 40 മില്ലിഗ്രാം/ഡെസിലിററർ (1.0മില്ലിമോൾ/ലിറ്റർ) ലും കുറവ്

അഭികാമ്യം: 60 മില്ലിഗ്രാം/ഡെസിലിററർ (1.6മില്ലിമോൾ/ലിറ്റർ) ലും കൂടുതൽ

സ്ത്രീകൾ

അപകടസാധ്യത: 50 മില്ലിഗ്രാം/ഡെസിലിററർ(1.3മില്ലിമോൾ/ലിറ്റർ) ലും കുറവ്

അഭികാമ്യം: 60 മില്ലിഗ്രാം/ഡെസിലിററർ(1.6മില്ലിമോൾ/ലിറ്റർ)ലും കൂടുതൽ

അപ്പോൾ ഇതിനിടയിലാണ് കൊളസ്ട്രോൾ എങ്കിൽ അത് അപ്ര കാരമാക്കാൻ ഭക്ഷണവും ജീവിതശൈലിയും മരുന്നു വേണമെങ്കിലതും ഡോക്ടറുടെ ഉപദേശമനുസരിച്ചു സ്വീകരിക്കണം. നാം ചെയ്യേണ്ട രീതികൾ.

ശരിയായ ജീവിതശൈലി

ലോ ഡെൻസിറ്റി ലൈപ്പോപ്രോട്ടീൻ കൊളസ്ട്രോൾ, ട്രൈഗ്ലിസ റൈഡുകൾ, വെരി ലോ ഡെൻസിറ്റി ലൈപ്പോപ്രോട്ടീൻ കൊളസ്ട്രോൾ എന്നിവ കുറയ്ക്കുവാനും ഹൈ ഡെൻസിറ്റി ലൈപ്പോപ്രോട്ടീൻ കൊളസ്ട്രോൾ കൂട്ടുവാനും ജീവിതശൈലി മാറ്റത്തിന് അത്ഭുതകരമായ കഴിവുണ്ടെന്ന് മനസ്സിലാക്കിയാലും. ചെറിയ വ്യത്യാസംപോലും നല്ല ഫലം നല്കും.

പുകവലി എന്തായാലും അവസാനിപ്പിക്കണം.

ഇത് ഉപദേശിക്കാനും പറയാനും എളുപ്പമാണെങ്കിലും അനുസരി ക്കുന്ന ശതമാനം കുറവാണ് എന്ന സത്യം നിലനില്ക്കുന്നു. അതുകൊണ്ട് നിങ്ങളുടെ ഹൈ ഡെൻസിറ്റി ലൈപ്പോപ്രോട്ടീൻ കൊളസ്ട്രോൾ പത്തു ശതമാനമെങ്കിലും കൂടിക്കിട്ടും. പുകവലി നിർത്താൻ പ്രത്യേക ചികിത്സകളുണ്ട്. പലപ്പോഴും ഒന്നിൽ കൂടുതൽ മാർഗ്ഗങ്ങൾ സ്വീകരിക്കേണ്ടി വരും.

ശരീരഭാരം കുറയ്ക്കുക.

The people who can most successfully lose weight and maintain a healthy life style are foodies. When it comes to healthy eating, people who know how to cook and make ingredients taste good have a distinct advantage over those who can't.-Edward Ugel

ഇത് ഹൈ ഡെൻസിറ്റി ലൈപ്പോപ്രോട്ടീൻ കൊളസ്ട്രോൾ കൂട്ടുവാൻ ആവശ്യമാണ്. ഓരോ 2.7 കിലോ കുറയുന്തോറും ഒരു മില്ലിഗ്രാം/ഡെസി ലിറ്റർ ഹൈ ഡെൻസിറ്റി ലൈപ്പോപ്രോട്ടീൻ കൊളസ്ട്രോൾ കൂടിക്കിട്ടും. അതോടൊപ്പം വ്യായാമവും നല്ല ഭക്ഷണവും വേണം.

നല്ല എയ്റോബിക് വ്യായാമം കൊണ്ട് 5 ശതമാനം ഹൈ ഡെൻസിറ്റി ലൈപ്പോപ്രോട്ടീൻ കൊളസ്ട്രോൾ കൂടും. ഈ ആവശ്യത്തിനുള്ള വ്യായാമം 30*5/ആഴ്ച അതായത് ആകെ ആഴ്ചയിൽ 150 മിനിറ്റ് വീതം ചെയ്യണം. എയ്റോബിക് വ്യായാമങ്ങളായ നല്ല നടത്തം, ഓട്ടം, സൈ ക്ലിങ്, നീന്തൽ, ബാസ്കറ്റ് കളി എന്നിവ നല്ലതാണ്. അവ ഹൃദയമിടിപ്പ് കൂടുന്നവയായിരിക്കണം. ഇവ ദിവസത്തിൽ ഒറ്റ പ്രാവശ്യമായി ചെയ്യാൻ പറ്റുന്നില്ലെങ്കിൽ ദിവസത്തിൽ രണ്ടോ മൂന്നോ പ്രാവശ്യമായി ആകെ അമ്പതു മിനിറ്റാക്കിയാലും മതി.

ആരോഗ്യകരമായി കൊഴുപ്പ് തെരഞ്ഞെടുക്കണം. ഹൃദയസൗഹൃ ദമായി കൊഴുപ്പ് ഉപയോഗിക്കണം. 25-35 ശതമാനം ഭക്ഷണത്തിൽ കൊഴുപ്പായിരിക്കണം. അതിൽ 7 ശതമാനത്തിൽ കുറവു മാത്രമെ സാച്ചു റേറ്റഡ് കൊഴുപ്പ് ഉണ്ടാകുവാൻ പാടുള്ളൂ. അതുപോലെ ട്രാൻസ് കൊഴുപ്പും ഒഴിവാക്കണം. ഇതെല്ലാം ലോ ഡെൻസിറ്റി ലൈപ്പോപ്രോട്ടീൻ കൊളസ്ട്രോൾ കൂട്ടുന്ന ഘടകങ്ങളാണ്. അപ്രകാരം അവ ധമനികളെ കേടു വരുത്തും. ഒലീവ് എണ്ണ, പീനട്ട്, കനോല എണ്ണ എന്നിവ ഹൈ ഡെൻസിറ്റി ലൈപ്പോപ്രോട്ടീൻ കൊളസ്ട്രോൾ കൂട്ടുകയും ധമനികളുടെ രോഗാതുരത കുറയ്ക്കുകയും ചെയ്യുന്നു. അണ്ടിപ്പരിപ്പ്, അത്തരം പരി പ്പുകൾ, ഒമേഗ-3 കൊഴുപ്പ് അല്ലം തരുന്ന കടൽ മത്സ്യം എന്നിവ കൊള സ്ട്രോൾ അനുപാതം ഹൃദയാനുകൂലമാക്കും.

മദ്യത്തിന്റെ ഉപയോഗം

മുൻകാലങ്ങളിൽ ഡോക്ടർമാർ മദ്യം കഴിച്ചിരുന്നവരോട് അതിന്റെ ഉപഭോഗം കുറച്ച് കൊളസ്ട്രോൾ നിലവാരം കുറയ്ക്കാൻ ഉപദേശിച്ചി രുന്നു. എന്നാൽ മദ്യം കൊണ്ട് കരൾ തുടങ്ങിയവയുടെയും കുറേക്കഴി യുമ്പോൾ വരാവുന്ന മദ്യാസക്തിയുടെയും ഗുരുതരപ്രശ്നങ്ങൾ കണ ക്കിലെടുത്ത് മദ്യപാനം പരിപൂർണ്ണമായി നിർത്തുകയാണ് വേണ്ടത്. മദ്യം മിതമായി ഉപയോഗിക്കുന്നതു കൊണ്ട് ഹൈ ഡെൻസിറ്റി ലൈപ്പോ പ്രോട്ടീൻ കൊളസ്ട്രോൾ കൂട്ടാമെന്നു കരുതുന്നതും മൗഢ്യമാണ്.

28. കൊളസ്ട്രോൾ കുറയ്ക്കാവുന്ന ഭക്ഷണവും മരുന്നുകളും

ഇതിന്റെ ഉദ്ദേശം ഹൈ ഡെൻസിറ്റി ലൈപ്പോപ്രോട്ടീൻ കൊള സ്ട്രോൾ കൂട്ടുകയും ലോ ഡെൻസിറ്റി ലൈപ്പോപ്രോട്ടീൻ കൊളസ്ട്രോൾ കുറയ്ക്കുകയുമാണ്. അവ ഏതൊക്കെയാണെന്ന് നോക്കാം.

നിയസിൻ

സാധാരണയായി ഹൈ ഡെൻസിറ്റി ലൈപ്പോപ്രോട്ടീൻ കൊള സ്ട്രോൾ കൂട്ടാനുള്ള ഏറ്റവും ഫലപ്രദമായ മരുന്നാണിത്. ഇത് വിറ്റമി നായതിനാൽ രോഗികൾക്ക് നേരിട്ട് കുറിപ്പില്ലാതെ വാങ്ങാൻ കഴിയും. ഇതിന് പാർശ്വഫലങ്ങൾ അവഗണിക്കാവുന്നത്ര നിസ്സാരമാണ്. പക്ഷേ, നിയസിൻ ചേർത്ത മാർക്കറ്റിലെ ഭക്ഷണങ്ങൾ കരളിന് ദോഷം ചെയ്യു മെന്ന് തെളിഞ്ഞിട്ടുണ്ട്. മാത്രമല്ല, അതുകൊണ്ട് ട്രൈഗ്ലിസറൈഡുകൾ കുറയുന്നില്ല എന്നും തെളിഞ്ഞിട്ടുണ്ട്.

നിയസിൻ പഠനം

ഒരു വലിയ നിയസിൻ പഠനം ഇടയ്ക്കുവെച്ച് നിർത്തേണ്ടി വന്നു. സ്റ്റാറ്റിൻ മരുന്നുകളോടൊപ്പം നിയസിൻ കഴിക്കുന്ന ഹൃദ്രോഗം വന്നിട്ടുള്ളവരിലാണ് പഠനം നടത്തിയത്. നിയസിന് പ്രത്യേകിച്ച് ഒരു പ്രയോജനവും കണ്ടില്ലെന്ന് മാത്രമല്ല ചിലരിൽ സ്ട്രോക് വരാൻ സാദ്ധ്യത കുറച്ച് വർദ്ധിക്കുന്നതായി കാണുകയും ചെയ്തു. തുടർന്ന് ഈ രംഗത്ത് കൂടുതൽ ഗവേഷണം വേണമെന്ന നിഗമനത്തിൽ അവ രെത്തുകയും ചെയ്തു. പഠനഫലങ്ങൾ വ്യക്തമല്ലാത്തതിനാൽ ഇപ്പോൾ നിയസിൻ കഴിക്കുന്നവർ പെട്ടെന്ന് അത് നിർത്തണമെന്ന് ഗവേഷകർ ശുപാർശ ചെയ്യുന്നില്ല.

ഫിബ്രേറ്റുകൾ

ഫിനോഫിബ്രേറ്റ്, ജെംഫിബ്രോസിൽ എന്നിവ ഹൈ ഡെൻസിറ്റി ലൈപ്പോപ്രോട്ടീൻ കൊളസ്ട്രോൾ കൂട്ടുവാൻ സഹായിക്കും.

സ്റ്റാറ്റിനുകൾ

ഇവ കരളിലെ കൊളസ്ട്രോൾ നിർമ്മാണഘട്ടത്തിൽ ഇടപെട്ട് കൊളസ്ട്രോൾ കുറയ്ക്കുന്നു. ധമനിഭിത്തികളിൽനിന്നും കൊളസ്ട്രോൾ കുറയ്ക്കുവാനും ഇവ സഹായിക്കുന്നു. ഇവ അടോർവസ്റ്റാറ്റിൻ, ഫ്ളുവ സ്റ്റാറ്റിൻ, ലോവസ്റ്റാറ്റിൻ, പ്രവസ്റ്റാറ്റിൻ, റോസുവസ്റ്റാറ്റിൻ, സിംവസ്റ്റാറ്റിൻ- (atorvastatin, fluvastatin, lovastatin, pravastatin, rosuvastatin, simvastatin) എന്നിവയാണ്. ഇവ ഉപയോഗിക്കുമ്പോൾ എപ്പോഴും ജീവിതശൈലി ആരോഗ്യകരമാക്കണമെന്ന കാര്യം എപ്പോഴും ഓർമ്മ യിൽ വേണം. ശരിയായ വ്യായാമം കൂടാതെ ഭക്ഷണത്തിൽ തവിടു കളയാത്ത ധാന്യങ്ങളും പയറുവർഗ്ഗങ്ങളും പ്രത്യേകിച്ച് ഓട്സ്, അണ്ടി പ്പരിപ്പ്, വാൽനട്ട് തുടങ്ങിയവ, സസ്യസ്റ്റെറോളുകൾ, ഒമേഗ-3 കൊഴുപ്പുള്ള മത്സ്യങ്ങൾ എന്നിവ ഉണ്ടായിരിക്കണം.

29. നിയസിൻ കൊളസ്ട്രോൾ ചികിത്സയും ഓവർഡോസും

ഓവർഡോസ് വരില്ല, പ്രത്യേകിച്ച് ഡോക്ടർ നിർദ്ദേശിച്ച ഡോസിൽ കഴിക്കുമ്പോൾ. അതുപോലെ നിയസിൻ പോരായ്മ ശരീരത്തിലുണ്ടെ ങ്കിലും ഓവർഡോസ് വരില്ല. നിയസിനടങ്ങിയ ഭക്ഷണം കഴിക്കുമ്പോഴും ഓവർഡോസ് ആകില്ല. ഡോക്ടറുടെ നിർദ്ദേശമില്ലാതെ നിയസിൻ വാങ്ങി കഴിക്കുമ്പോഴാണ് പ്രശ്നമുണ്ടാകുന്നത്.

ശരീരത്തിൽനിന്നും കൊളസ്ട്രോൾ അടക്കം മറ്റു വസ്തുക്കൾ വേഗം പോകാൻ നിയസിൻ ഉപകരിക്കും എന്ന തെറ്റിദ്ധാരണ വരുന്നത് ശരീരശാസ്ത്രം അറിയാത്തതുകൊണ്ടാണ്. അപ്രകാരം ഒരു പ്രവർത്തനം നിയസിനില്ല. അങ്ങനെ കൂടുതൽ കഴിച്ചിട്ട് ഓവർഡോസ് ആകാറുണ്ട്.

നിയസിൻ ഓവർഡോസ് ലക്ഷണങ്ങൾ.

1. ശക്തമായ തൊലിയിലെ ചൂടു വരൽ, തല ചുറ്റൽ.
2. ഹൃദയമിടിപ്പ് കൂടുതൽ.
3. ചൊറിച്ചിൽ.
4. ഓക്കാനം, ഛർദ്ദി.
5. വയറു വേദന.
6. വയറിളക്കം.
7. കരൾ രോഗം, ഇത് ഗുരുതരമാകാം.
8. ഓവർഡോസ് സംശയിക്കുന്നുവെങ്കിൽ ഉടനെ ഡോക്ടറെ
കാണണം.

30. കോഴിമുട്ടയും കൊളസ്ട്രോളും തമ്മിലുള്ള ബന്ധം

കോഴിമുട്ടയും കൊളസ്ട്രോളും തമ്മിൽ ബന്ധമുണ്ട്. കോഴിമുട്ട കൊളസ്ട്രോൾ കൂട്ടുന്ന ഭക്ഷണം തന്നെയാണ്. എത്രത്തോളം കൂടും എന്നത് ഓരോ വ്യക്തിയെയും സംബന്ധിച്ചുള്ള കാര്യമാണ്. കോഴിമുട്ട ഭക്ഷണത്തിൽ ഉൾപ്പെടുത്തുമ്പോൾ ഓരോ ദിവസവും എത്രത്തോളം കൊളസ്ട്രോൾ ഭക്ഷണത്തിലൂടെ അകത്ത് ചെല്ലാമെന്നും തീരുമാനി ച്ചിരിക്കണം. ഒരാഴ്ച നാലിൽ താഴെ മുട്ട കഴിച്ചാൽ വലിയ പ്രശ്നമുണ്ടാ കില്ല എന്നു കരുതാം.

1. ആരോഗ്യമുള്ള ഒരാൾക്ക് ഒരു ദിവസം 300 മില്ലിഗ്രാം കൊളസ്ട്രോ
ളിൽ താഴെ ഭക്ഷണം വഴി അകത്തു ചെല്ലുന്നതിൽ കുഴപ്പമില്ല.
2. എന്നാൽ ഹൃദ്രോഗവും പ്രമേഹവുമുണ്ടെങ്കിൽ കൊളസ്ട്രോൾ 200
മില്ലിഗ്രാമിൽ താഴെ മാത്രമേ കഴിക്കാവൂ.
3. ഒരു വലിയ കോഴിമുട്ടയുടെ മഞ്ഞയിൽ 186 മില്ലിഗ്രാം കൊളസ്ട്രോൾ
ഉണ്ടാകും. അപ്പോൾ ഒരു മുട്ട കഴിച്ചാൽ പിന്നെ മേല്പറഞ്ഞ
മറ്റൊരിക്കൽ കൊളസ്ട്രോൾ ഉള്ള ഒരു ഭക്ഷണവും കഴിക്കാനാകുകയില്ല.
കൊഴുപ്പിനും ഇറച്ചിക്കും പാലുല്പന്നങ്ങൾക്കും പകരം സസ്യാ
ഹാരം കഴിക്കണം.
4. ഇനി മുട്ട കഴിക്കണമെന്നുണ്ടെങ്കിൽ മുട്ടയുടെ വെള്ള കഴിക്കാം.

31. മാതളനാരങ്ങ നീരും കൊളസ്ട്രോളും

1. സംശയലേശമെന്യേ ഇതിന് മറുപടിയില്ല. എന്നാലിത് ധമനിയിലുള്ള കൊളസ്ട്രോൾ പ്ലാക്കുകൾ കുറയ്ക്കും. ഇത് രക്തത്തിൽ കൊളസ്ട്രോൾ കൂടുതലാണെങ്കിലും മാതളനാരങ്ങാനീർ നമുക്ക് പ്ലാക്കുകൾ നീക്കം ചെയ്ത് തരും.

2. പല പഴനീരിനെയുംപോലെ മാതളനാരങ്ങനീരിലും പോളിഫീനോ ലുകൾ തുടങ്ങിയ ആന്റി ഓക്സൈഡുകളുണ്ട്. ഇവ ലോ ഡെൻ സിറ്റി ലൈപ്പോപ്രോട്ടീൻ കൊളസ്ട്രോൾ കുറയ്ക്കും.

3. പൊതുവെ മാതളനാരങ്ങാനീർ അപകടരഹിതമാണ്. ശ്രദ്ധിക്കേ ണ്ടത് അതിൽ പഞ്ചസാര ചേർത്തിട്ടുണ്ടോ എന്നതാണ്.

4. മാതളനാരങ്ങാനീരിന് ചില മരുന്നുകളുമായി പ്രതിപ്രവർത്തനങ്ങ ളുണ്ട്. ഇവ ചുരുക്കമായേ സംഭവിക്കുകയുള്ളൂ. അപ്രകാരം വന്നാൽ അപകടങ്ങൾ സംഭവിച്ചേക്കാം. വാർഫാറിൻ എന്ന രക്തം കട്ടയാ കാതിരിക്കാനുള്ള മരുന്ന്, രക്തസമ്മർദ്ദത്തിനുള്ള എയ്സ് ഇൻഹി ബിറ്റേഴ്സ്, കോപ്റ്റോപ്രിൽ, എൻലാപ്രിൽ, ലിസിനോപ്രിൽ-(ace inhibitors, captopril, enlapril, lisinopril) തുടങ്ങിയവയാണവ.

32. സോയാബീനും കൊളസ്ട്രോളും

സോയാബീൻ കൊളസ്ട്രോൾ കുറയ്ക്കാം. ലോ ഡെൻസിറ്റി ലൈപ്പോപ്രോട്ടീൻ കൊളസ്ട്രോൾ കുറച്ച് കുറയ്ക്കുമെന്നാണ് പഠനങ്ങൾ തെളിയിക്കുന്നത്. അമേരിക്കൻ ഹൃദയ അസോസിയേഷൻ അപ്രകാര മാണ് ശുപാർശ ചെയ്തിരിക്കുന്നതും. സോയ ഭക്ഷണത്തിൽ സാച്ചുറേ റ്റഡ് എണ്ണ വളരെ കുറവാണ്. കൂടാതെ ആവശ്യത്തിന് വിറ്റാമിനുകളും ലവണങ്ങളുമുണ്ട്. അതാണ് ഇതിന്റെ മേന്മയും. മാംസഭക്ഷണത്തിനു പകരം സോയ ഉപയോഗിച്ചാൽ പ്രയോജനമുണ്ടാകും.

33. കറുവാപ്പട്ടയും കൊളസ്ട്രോളും

വെളുത്തുള്ളിയെപ്പോലെ കറുവാപ്പട്ടയും കൊളസ്ട്രോൾ കുറയ് ക്കുമോ? അപ്രകാരം കുറയണമെങ്കിൽ ആറ് ഗ്രാമെങ്കിലും കഴിക്കണം. അത് പ്രായോഗികമാണെന്ന് പറഞ്ഞുകൂടാ.

34. കഴിക്കാൻ പാടില്ലാത്ത മത്സ്യങ്ങൾ

തലാപ്പിയ ഹൃദയത്തിന് നല്ലതല്ല. നമ്മുടെ ജലാശയങ്ങളിലും റിസർ വോയറുകളിലും തലാപ്പിയ ധാരാളമുണ്ട്. ഇതിൽ ഹൃദയസൗഹൃദമ ല്ലാത്ത കൊഴുപ്പുകൾ ധാരാളം അടങ്ങിയിട്ടുണ്ട് എന്നതു തന്നെ കാര ണം. നല്ല മത്സ്യം തന്നെ പാകം ചെയ്യുന്ന രീതിയനുസരിച്ച് കുഴപ്പമുള്ള താകാം. എണ്ണയിൽ വറുക്കുന്നതിനേക്കാൾ കറിയായി വേവിക്കുന്നതും ബേക്കു ചെയ്യുന്നതുമാണുത്തമം.

പരിസരമലിനീകരണം തീർച്ചയായും മത്സ്യത്തെയും ബാധിക്കും. ആന്റിബയോട്ടിക്കുകൾ, പെസ്റ്റിസൈഡുകൾ, മറ്റു രാസവസ്തുക്കൾ എന്നിവ കടലിലും ജലാശയത്തിലുണ്ടായാലും അത് മത്സ്യത്തിലുമുണ്ടാ കും. മനുഷ്യൻ ജലാശയത്തെ മലിനമാക്കുമ്പോൾ അവസാനം അവനി ലേക്കുതന്നെ ആ മാലിന്യങ്ങൾ എത്തിച്ചേരും. ഈ കാര്യത്തിൽ കടൽ മത്സ്യങ്ങളാണ് ഭേദം. കാരണം ഈ മാലിന്യങ്ങൾ കടലിൽ അധികം കലക്കുവാൻ മനുഷ്യനു കഴിയുന്നില്ല എന്നതു തന്നെ കാരണം.

ഒരാഴ്ച കഴിക്കേണ്ട മത്സ്യം.

85 ഗ്രാം വീതം ആഴ്ചയിൽ രണ്ടു പ്രാവശ്യമെങ്കിലും കഴിച്ചിരി ക്കണം. ഗർഭിണികളും 12 വയസ്സിൽ താഴെയുള്ള കുട്ടികളും മത്സ്യത്തിൽ ഉണ്ടാകാവുന്ന വിഷപദാർത്ഥങ്ങൾ കാരണം കൂടുതൽ ശ്രദ്ധ പതിപ്പി ക്കുന്നത് നന്ന്.

35. രസലോഹവും മത്സ്യത്തിന്റെ ഗുണവും

ഇത് കൂടുതലായാൽ തീർച്ചയായും അത് ആരോഗ്യപരമായ പ്രയോ ജനത്തെ കടത്തിവെക്കുന്നതായിരിക്കുമെന്നതിൽ സംശയമില്ല. സാധാരണ മത്സ്യത്തിൽ കാണാവുന്ന വിഷപദാർത്ഥങ്ങൾ രസം കൂടാതെ ഡയോക്സീനുകളും, പി സി ബി എന്നു പറയുന്ന പോളി ക്ലോറിനേറ്റഡ് ബൈഫിനൈൽസു(polychlorinated biphenyls)മാണ്. ഇത് ഏതു തരം മത്സ്യമാണ് എവിടെനിന്നാണ് പിടിച്ചത് എന്നിവയനു സരിച്ചിരിക്കും. വ്യാവസായിക മാലിന്യത്തിൽനിന്നുമാണ് ഇവ ഉണ്ടാകു ന്നത്. വലിയ ആക്രമണകാരികളായ സ്രാവ്, വാൾമീൻ എന്നിവയിൽ ചെറിയ മത്സ്യങ്ങളേക്കാൾ കൂടുതൽ രസലോഹം കാണാറുണ്ട്. അതുപോലെ വലുപ്പം കൂടിയവയിലും പ്രായമായവയിലും ഇപ്രകാരം കൂടുതൽ രസലോഹവും വിഷപദാർത്ഥങ്ങളും കാണാറുണ്ട്. ഈ കാര്യ ത്തിൽ മത്സ്യഗവേഷണം നടത്തുന്നവരുടെ അഭിപ്രായം സ്വീകരിക്കാ വുന്നതാണ്.

36. രസലോഹവും വിഷപദാർത്ഥങ്ങളും മത്സ്യവും

രസലോഹവും വിഷപദാർത്ഥങ്ങളും മനുഷ്യശരീരത്തിൽ പുറത്തു പോകാതെ ശരീരത്തിൽ അടിഞ്ഞുകൂടിക്കിടക്കും. അത് പുറത്ത് കളയാൻ വർഷങ്ങൾ തന്നെ എടുത്തേക്കും. ഇത് പ്രത്യേകിച്ച് ശരീര ത്തിൽനിന്നും പുറത് പോകാൻ പ്രയാസമാണെന്ന് മാത്രമല്ല മസ്തി ഷ്കവികസനത്തിന് വിഘ്നാതമുണ്ടാക്കുമെന്നതിനാൽ ഗർഭിണികളിലും പന്ത്രണ്ടു വയസ്സിനു താഴെയുള്ള കുട്ടികളിലും രസലോഹം ഉണ്ടാകാ നിടയുള്ള മത്സ്യം ഒഴിവാക്കുന്നതാണുചിതം, എന്നാൽ മുനിർന്നവരിൻ പ്രായോഗികമായി ഇതൊരു പ്രശ്നമേയല്ല.

അമേരിക്കയിലെ എഫ് ഡി എ നിർദ്ദേശിക്കുന്ന നിയന്ത്രണങ്ങൾ ഇവയാണ്.

1. സ്രാവ്, വാൾമീൻ, കൊമ്പൻ സ്രാവ് എന്നീ ഗണത്തിൽപ്പെട്ട മത്സ്യങ്ങൾ ഗർഭിണികളോ ഗർഭം ധരിക്കുവാൻ പോകുന്നവരോ കഴിക്കരുത്. പക്ഷേ, സാൽമ, ചാള, അയല മുതലായ നല്ല മത്സ്യങ്ങൾ കഴിക്കാവുന്നതാണ്.

2. മുല കൊടുക്കുന്ന അമ്മമാർ ഇവ കഴിക്കരുത്.

3. പന്ത്രണ്ട് വയസ്സിന് താഴെയുള്ള കുട്ടികൾ. ഇവർക്കും സാൽമ, ചാള അയല എന്നിവ കഴിക്കാം.

4. ആഴ്ചയിൽ 340 ഗ്രാമിൽ താഴെ മാത്രമേ മത്സ്യം കഴിക്കേണ്ടതുള്ളൂ.

5. ടിന്നിലുള്ള ട്യൂണയാണെങ്കിൽ ആഴ്ചയിൽ 170 ഗ്രാം മാത്രം.

37. മത്സ്യത്തിനു പകരം ഒമേഗ 3 ഫാറ്റി ആസിഡ് ഗുളികകളും അവ അടങ്ങിയ ഭക്ഷണവും

മത്സ്യം കഴിക്കാൻ വൈകാരികമായി മടിയുള്ള മതവിശ്വസികൾ, പിന്നെ നോമ്പുകാലങ്ങളിലും ചിലർ ഉന്നയിക്കുന്ന ചോദ്യമാണിത്. എന്തായാലും ഡോക്ടറോട് ചോദിക്കുന്നത് നല്ലതാണ്. മത്സ്യമല്ലാത്ത കണോല എണ്ണ, സോയ എണ്ണ, വാൽനട്ട് എന്നിവ നല്ലതാണ്.

38. മുഫയും പുഫയും ഭക്ഷണവും

മുഫ എന്നത് മോണോ അൺ സാച്ചുറേറ്റഡ് ഫാറ്റി ആസിഡ് എന്നതിന്റെ ആദ്യാക്ഷരങ്ങൾ ചേർത്തതാണ്. അപ്രകാരം പുഫ എന്നത് പോളി അൺ സാച്ചുറേറ്റഡ് ഫാറ്റി ആസിഡ് ആണ്. ഇവ രണ്ടും ഹൃദയ സൗഹൃദവും ആരോഗ്യദായകവുമാണ്. ഇവക്കെതിരാണ് സാച്ചുറേറ്റഡ് കൊഴുപ്പും ട്രാൻസ് കൊഴുപ്പും. അൺ സാച്ചുറേറ്റഡ് ഫാറ്റി ആസിഡ് ഹൃദയത്തെ സംരക്ഷിക്കുമെന്ന് നാം മനസ്സിലാക്കിക്കഴിഞ്ഞു. ഈ മുഫ ലോ ഡെൻസിറ്റി ലൈപ്പോപ്രോട്ടീൻ കൊളസ്ട്രോൾ കുറയ്ക്കും. രക്തം കട്ട പിടിക്കൽ സാധാരണ നിലയിലാക്കും. ഇവ ഇൻസുലിൻ നിലവാരം കൂട്ടി രക്തത്തിലെ പഞ്ചസാര നിലവാരം കുറയ്ക്കും. ഇത് ടൈപ്പ്-2 പ്രമേഹരോഗികൾക്ക് ഗുണം ചെയ്യും. മുഫ കൂടുതലുള്ളത് ഒലീവ് എണ്ണയിലും മത്സ്യവും പഴങ്ങളും ധാരാളമുള്ള മെഡിറ്ററേനിയൻ ഭക്ഷ ണത്തിലുമാണ്.

അവയിൽ,

1. അവക്കാഡോസ്.

2. കനോല എണ്ണ.

3. പരിപ്പ് വർഗ്ഗത്തിൽപെട്ട അണ്ടിപ്പരിപ്പ്, ആൽമണ്ട്, ബദാം, കപ്പലണ്ടി എന്നിവ.

4. നട്ട് വെണ്ണ.

5. ഒലീവ് എണ്ണ.

6. എള്ള്.

എന്നിവ വേണം. എന്നാൽ ആകെ കലോറി ആവശ്യത്തിന്റെ 20-35 ശതമാനം മാത്രമേ കൊഴുപ്പ് ആയി ഉപയോഗിക്കാവൂ.

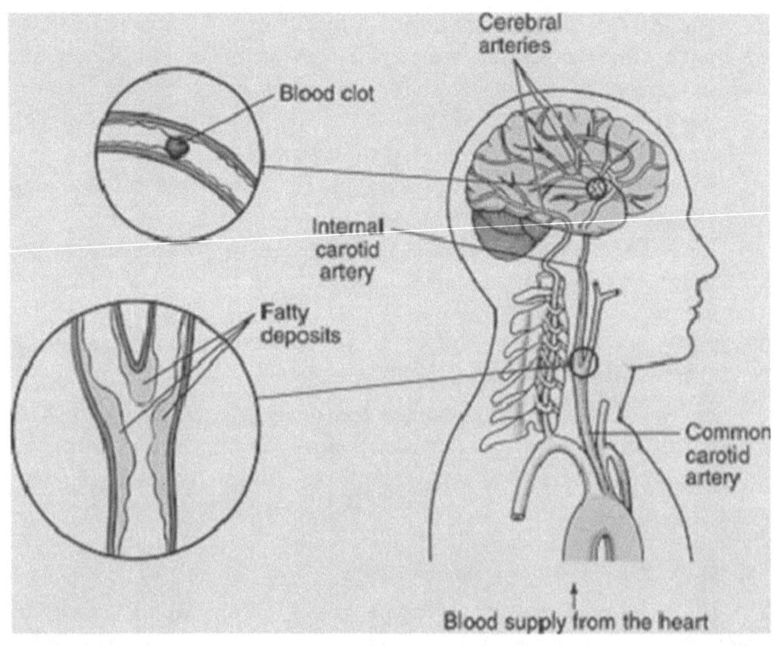

39. അഥിരോമയും അഥിരോസ്ക്ലിറോസിസും

നിശ്ശബ്ദമായി നിന്നുകൊണ്ട് പെട്ടെന്നൊരുദിവസം ഹാർട്ടറ്റാക്കും മസ്തിഷ്ക ആഘാതവും ഏല്പിക്കുവാൻ ഉയർന്ന കൊളസ്ട്രോളിനും തന്മൂലമുള്ള അഥിരോസ്ക്ലിറോസിസിനും കഴിയും. കൊളസ്ട്രോൾ കൂടുതലുകൊണ്ട് മാത്രം ഇപ്രകാരം സംഭവിക്കുകയില്ല. കൊളസ്ട്രോൾ കോശങ്ങളിലെത്തുന്നത് കൊഴുപ്പുകണികയായ ലിപ്പിഡുകളായിട്ടാ

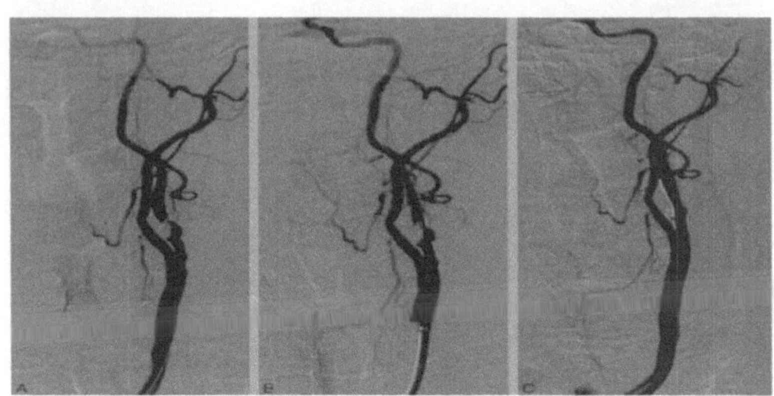

ഇന്റേണൽ കരോട്ടിഡ് ധമനി ചുരുങ്ങിയത് ആഞ്ജിയോഗ്രാമിൽ കാണാം

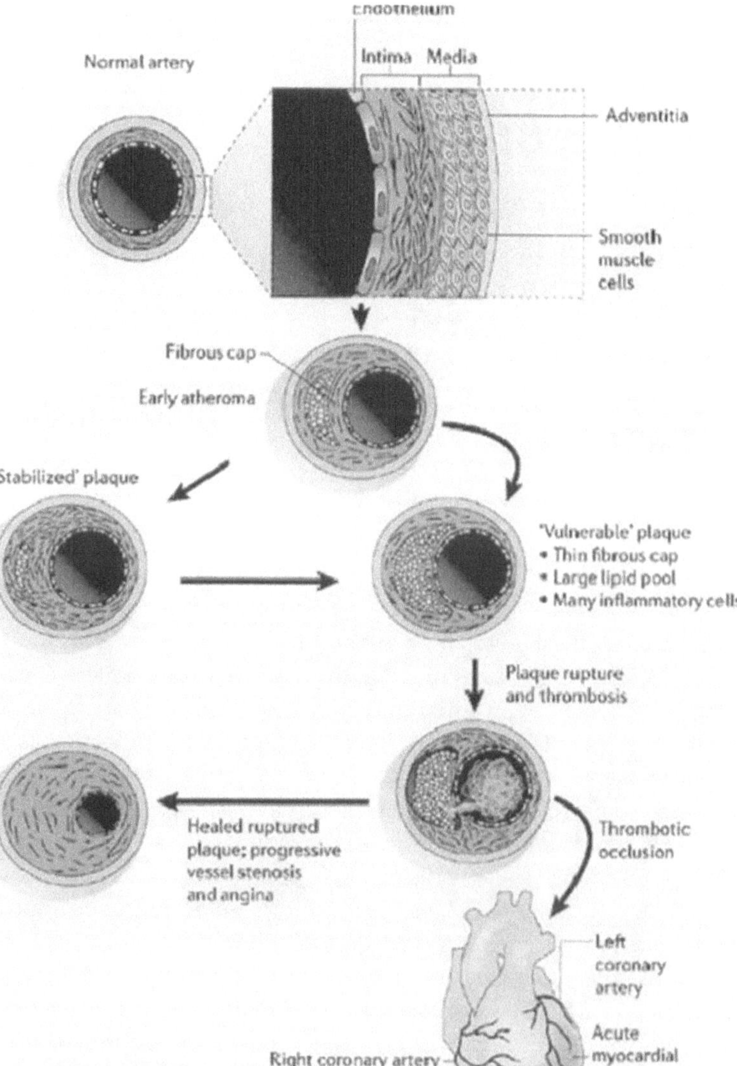

ഹൃദയ ധമനികളിൽ അഥിരോമ അടിഞ്ഞുകൂടി ധമനികളുടെ വ്യാസം കുറഞ്ഞ് രക്ത ഓട്ടം കുറഞ്ഞ് നിന്നുപോകുന്നു.

ണല്ലോ. ലിപ്പിഡുകൾ രക്തത്തിലൂടെ സഞ്ചരിക്കുന്നത് ലൈപ്പോപ്രോട്ടീ നായാണ്. കോശങ്ങളിലടിഞ്ഞു കൂടുന്ന കൊളസ്ട്രോൾ ആണ് തൊലി

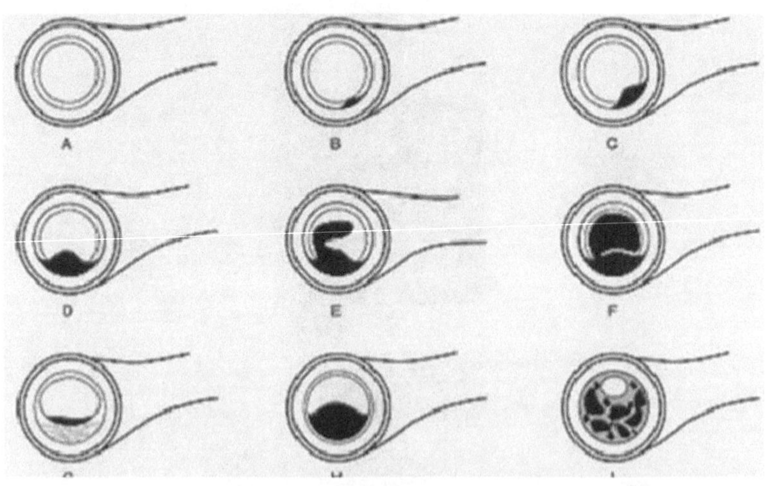

എ. സാധാരണ ധമനി, ബി. കൊഴുപ്പ് അടിഞ്ഞു കൂടിയിരിക്കുന്നു,
സി. അഥിരോമ അടിഞ്ഞു കൂടിയിരിക്കുന്നു.
അത് ഡി, ഇ, എഫ്, ജി, എച്ച്, ഐ എന്നീ
ഘട്ടങ്ങളിലൂടെ പിന്നീട് വർദ്ധിക്കുന്നു.

യുടെ അടിയിൽ നാം കാണുന്ന കൊഴുപ്പ്.

എൽ ഡി എൽ കൊളസ്ട്രോളാണ് ധമനികളുടെ ഭിത്തിയിൽ അടി
ഞ്ഞു കൂടി അഥിരോമ (atheroma) ഉണ്ടാക്കുന്നത്. സാധാരണ അർടീ
രിയോസ്ക്ലിറോസിസ് (arteriosclerosis) എന്നാൽ ധമനി കട്ടിയാകുക,
അതിലെ രക്തം സഞ്ചരിക്കാനുള്ള ദ്വാരം കുറയുക എന്നുമാത്രമാണ്.
എന്നാൽ അഥിരോസ്ക്ലിറോസിസ് (atherosclerosis) എന്നാൽ അഥിരോമ
മൂലം സ്ക്ലിറോസിസ് അഥവാ ചുരുങ്ങൽ വന്ന് അടയുമ്പോഴാണ്. അഥി
രോമ ഉണ്ടാകുന്നത് കൊഴുപ്പടിഞ്ഞുകൂടി പ്ലാക്കുകൾ ഉണ്ടാകുമ്പോഴാണ്.
ഇതിന് മുഖ്യ കാരണം ലോ ഡെൻസിറ്റി കൊളസ്ട്രോൾ ആണ്.
അഥിരോമയിൽ കൊഴുപ്പിനോടൊപ്പം ശരീര പ്രതിരോധ കോശങ്ങളായ
മാക്രോഫാജുകളും ഉണ്ടാകും. ഈ പ്ലാക്കിൽ കൊളസ്ട്രോൾ പരലുക
ളുണ്ടാകും. കുറേക്കഴിയുമ്പോൾ ശരീരപ്രതിരോധ സംവിധാനം അതിനെ
കാൽസ്യംകൊണ്ട് പൊതിയാൻ ശ്രമിക്കുന്നു. ട്രൈഗ്ലിസറൈഡും
കൊളസ്ട്രോളും ചേർന്നാണല്ലോ വെരി ലോ ഡെൻസിറ്റി കൊള
സ്ട്രോൾ ഉണ്ടാകുന്നത്. ഇത് രക്തത്തിലൂടെ സഞ്ചരിച്ച് ധമനികളിൽ
ട്രൈഗ്ലിസറൈഡുകൾ ഇറക്കിവെച്ച് ലോ ഡെൻസിറ്റി കൊളസ്ട്രോൾ
ആയി മാറുന്നു. അതിന്റെ അളവ് അപ്രകാരം കൂടുന്നു. ലോ ഡെൻസിറ്റി
കൊളസ്ട്രോൾ ധമനികളിൽ നിക്ഷേപിക്കുന്ന കൊഴുപ്പുകളാണ് ധമനി
കളുടെ ഉൾപ്പാളിയായ എൻഡോത്തീലിയത്തിൽ കിടന്ന് അഥിരോസ്ക്ലി
റോസിസിന് കാരണമാകുന്നത്. ഹൈ ഡെൻസിറ്റി കൊളസ്ട്രോൾ ആവ

ശ്യത്തിനുണ്ടെങ്കിൽ ലോ ഡെൻസിറ്റി കൊളസ്ട്രോൾ നിക്ഷേപിക്കുന്ന കൊഴുപ്പിനെ തിരിച്ച് കരളിൽ കൊണ്ടുപോയി ആരോഗ്യകരമായ പ്രവർ ത്തനം നടത്തുന്നു. ഇത് പ്ലാക് ഉണ്ടാകുന്നതിനെയും അഥിരോസ്ക്ലിറോ സിസിനെയും തടയുന്നു.

പ്ലാക് ഉണ്ടായാലും അത് പുറമേക്ക് തള്ളി നില്ക്കുന്നതായാൽ രക്ത ഓട്ടം തടസ്സപ്പെടുന്നില്ല. (ചിത്രം നോക്കുക). എന്നാൽ അത് കൂടുന്ന തോടെ രക്ത ഓട്ടം തീരെ തടസ്സപ്പെടുന്നു.

ഇന്റേണൽ കരോട്ടിഡ്, സെറിബ്രൽ എന്നീ ധമനികളിൽ കൊഴു പ്പടിഞ്ഞു കൂടി രക്ത ഓട്ടം തടസ്സപ്പെടുന്നതുമൂലം ഗുരുതര മസ്തിഷ്ക രോഗങ്ങൾക്ക് കാരണമാകുന്നു.

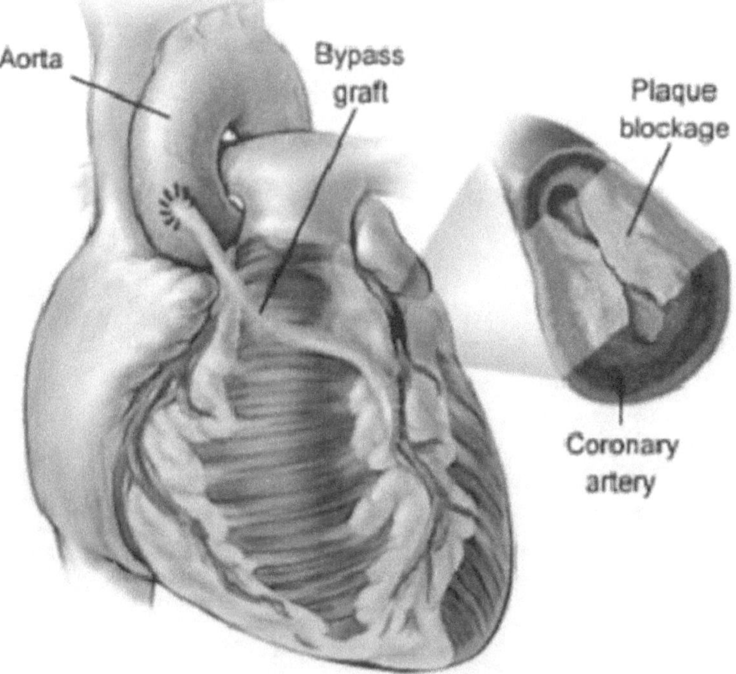

അടഞ്ഞ ധമനിയെ ബൈപ്പാസ് ഓപ്പറേഷനിലൂടെ മറി കടന്നിരിക്കുന്നു. അപ്രകാരം ഹൃദയപേശിക്ക് രക്തചംക്രമണം പുനഃസ്ഥാപിച്ചിരിക്കുന്നു.

ഭാഗം മൂന്ന്

40. ഹാർട്ട് അറ്റാക്ക്. ആസ്പത്രിയിൽ എത്തിക്കുന്നതിനു മുമ്പ് ചെയ്യേണ്ട കാര്യങ്ങൾ

കൊളസ്ട്രോൾ കൂടുതലുള്ളവരിൽ ഉണ്ടാകാവുന്ന ഏറ്റവും ഗൗരവമായ രോഗമാണ് ഹാർട്ട് അറ്റാക്ക്. അപ്പോൾ അതിനെപ്പറ്റി പ്രാഥമികമായ കാര്യങ്ങൾ അറിഞ്ഞിരിക്കേണ്ടത് അത്യാവശ്യമാണ്.

ഹൃദ്രോഗസാദ്ധ്യത ഉണ്ടാവുന്നത്,

1. കുടുംബചരിത്രം
2. രക്തസമ്മർദ്ദം
3. ടൈപ്പ് എ വ്യക്തിത്വം
4. മാനസികസമ്മർദ്ദം
5. പുകവലി
6. പ്രമേഹം
7. കൊളസ്ട്രോൾ കൂടുക.
8. വ്യായാമക്കുറവ്
9. അമിതഭാരം
10. പുരുഷന്മാർ
11. ഇന്ത്യ തുടങ്ങിയ തെക്കെ ഏഷ്യൻ രാജ്യങ്ങളിലുള്ളവർ.

എന്നീ അപായ സാദ്ധ്യതകളും കൂടി വരുമ്പോൾ പ്രത്യേകിച്ചും ഗൗരവമർഹിക്കുന്നു.

സാധാരണ ഹാർട്ട് അറ്റാറ്റ് ഉണ്ടാകുന്നത് കൊറോണറി ധമനി രക്തക്കട്ട കൊണ്ട് അടയുമ്പോഴാണ്. കൊറോണറി ധമനിക്ക് സമാന്തര സംവിധാനമില്ലാത്തതുകൊണ്ട് തടസ്സം വന്നാൽ രക്തം കൊടുക്കുന്ന സ്ഥലത്തുള്ള ഹൃദയപേശിക്ക് ജീവിക്കാൻ പറ്റുകയില്ല. അപ്രകാരം

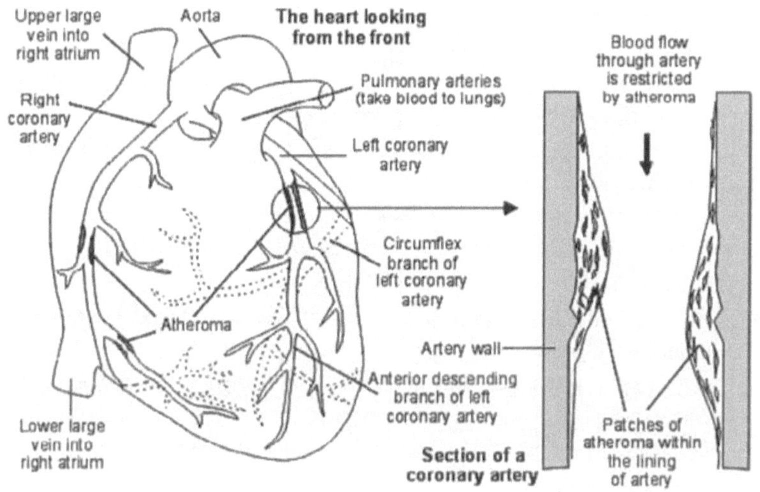

ഇടതു വശത്തെ ആന്റീരിയർ ഡിസൻഡിങ് ധമനിയിലും വലതു വശത്തെ കൊറോണറി ധമനിയിൽ രണ്ടിടത്തും അഥിരോമകൊണ്ട് രക്തയോട്ടം തടസ്സപ്പെട്ടത് കാണുക. ആകെ മൂന്ന് ബ്ലോക്ക് എന്ന് കാർഡിയോളജിസ്റ്റ് പറഞ്ഞുതരും.

കേടുപറ്റുമ്പോഴാണ് ഞരമ്പുകളിലൂടെ അപായസൂചനയായ വേദന ഉണ്ടാവുന്നത്.

ഹൃദയപേശികൾക്ക് നാശം സംഭവിക്കുന്നതുകൊണ്ടാണ് അതിനെ മയോകാർഡിയൽ ഇൻഫാർഷൻ എന്നു പറയുന്നത്. ഇതിന്റെ ലക്ഷ ണങ്ങൾ പലപ്പോഴും ദഹനക്കേടായും മറ്റും തെറ്റിദ്ധരിച്ച് ശരിയായ ചികിത്സ ചെയ്യാൻ വൈകുന്നത് അപ കടകരമാണ്. അവർ ആസ്പത്രിയിൽ പോകാതെ വല്ല അരിഷ്ടമോ പാരസെ റ്റമോളോ കഴിച്ച് സാധാരണപോലെ എല്ലാം ചെയ്യുന്നു.

ഗൗരവതരമായ ഹാർട്ട് അറ്റാക്കാതി രിക്കാൻ ആദ്യ ലഘുലക്ഷണങ്ങൾ തിരി ച്ചറിഞ്ഞ് വേഗം തന്നെ ആസ്പത്രിയിൽ പോകണം. ഏതൊക്കെയാണ് ആദ്യല ക്ഷണങ്ങൾ?

സമ്മർദ്ദം നിറയുന്നതു പോലെ തോന്നുക, ഞെരിക്കുന്നതു പോലെ അത് നെഞ്ചിനു നടുവിൽ തോന്നുക, ഇത് കുറച്ചു മിനിറ്റുകൾ ഉണ്ടാകും.

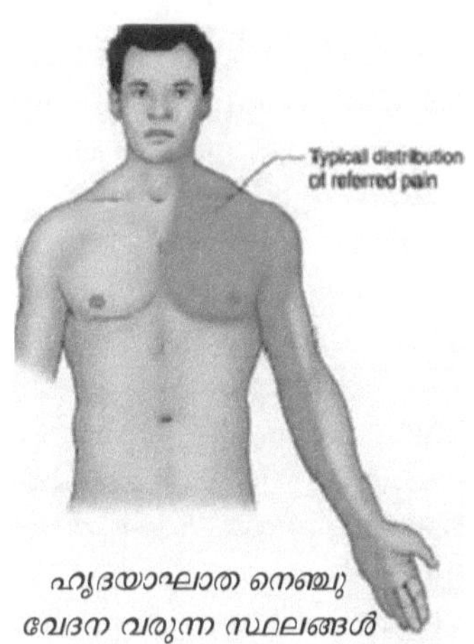

ഹൃദയാഘാത നെഞ്ചു വേദന വരുന്ന സ്ഥലങ്ങൾ

വേദന നെഞ്ചിലാരംഭിച്ച് ചുമലിൽ, കൈയിൽ, പല്ലിൽ, താടിയെ ല്ലിൽ എല്ലാം വരുന്നു. ഇതോടൊപ്പം രോഗിയുടെ പ്രായം, മറ്റു അനുബ ന്ധരോഗങ്ങൾ, കുടുംബചരിത്രം, അനുബന്ധലക്ഷണങ്ങൾ എന്നിവ നോക്കിയാൽ ഈ സാദ്ധ്യത മനസ്സിൽ തെളിഞ്ഞു വരും.

ഗൗരവമായി എടുക്കേണ്ട ലക്ഷണങ്ങൾ ഇവയാണ്. ഉടനെ വേണ്ട മുൻ കരുതലുകൾ എടുത്താലും.

1. കൂടി വരുന്ന നെഞ്ചുവേദനകൾ.

2. വയറിന്റെ മുകൾവശത്തുള്ള വേദന. ഇത് നീണ്ടു നില്ക്കുന്നതാ യിരിക്കും.

3. ശ്വാസം കിട്ടായ്ക. ഇവ ഈ ലക്ഷണങ്ങളോടൊപ്പമോ അല്ലാതെ ഒറ്റയ്ക്കോ ഉണ്ടാകാം.

4. വിയർപ്പ്, ഉഷ്ണം തുടങ്ങിയ മറ്റു കാരണങ്ങളില്ലാതെ കൂടെക്കൂടെ വിയർക്കുന്നത് അപായലക്ഷണമാണ്.

5. എന്തോ അപായം തനിക്ക് വരുന്നു എന്ന രോഗിയുടെ തോന്നൽ.

6. തല ചുറ്റൽ.

7. ഓക്കാനം, ഛർദ്ദി.

ഇവകളോടൊപ്പം സ്ത്രീകളിൽ വേറെയും ലക്ഷണങ്ങളുണ്ടാകാം. (മാസമുറ അവസാനിക്കുക, അണ്ഡാശയം ഓപ്പറേഷനിലൂടെ നീക്കം ചെയ്യുക എന്നിവയ്ക്കു ശേഷമാണ് ഇതിന് സാദ്ധ്യത കൂടുതൽ.) ഇവ,

1. നെഞ്ചെരിച്ചിൽ, വയറുവേദന.

2. ചർമ്മം തണുത്ത് ഈർപ്പത്തോടെയാകുന്നു.

3. തല ചുറ്റൽ.

4. അകാരണായ ക്ഷീണം.

5. ഇവ കൂടാതെയും ലക്ഷണങ്ങളുണ്ട്.

ഹാർട്ട് അറ്റാക്ക് ലക്ഷണങ്ങൾ വളരെ വ്യത്യസ്തങ്ങളായി കണ്ടു വരാറുണ്ട്. എല്ലാവരിലും ഒരേ പോലെ കാണണമെന്നില്ല. ഒരേ ലക്ഷ ണങ്ങൾ വ്യത്യസ്ത കാഠിന്യത്തിൽ കാണാറുമുണ്ട്. ചിലർക്ക് ഒരു ലക്ഷ ണവും കാണാറില്ല എന്നതാണത്ഭുതം. പക്ഷേ, ഒരു കാര്യം വ്യക്തമാണ് കൂടുതൽ ലക്ഷണങ്ങൾ കാണുന്തോറും അത് ഹാർട്ട് അറ്റാക്ക് തന്നെ യാവാനുള്ള സാദ്ധ്യത വളരെ കൂടുതലാണ്.

ഹാർട്ട് അറ്റാക്ക് ഏതു സമയത്തും വരാം. അതിരാവിലെയോ അന്ത്യയാമങ്ങളോ തന്നെയാവണമെന്നില്ല. ചിലപ്പോൾ കളിക്കുമ്പോൾ, വിശ്രമിക്കുമ്പോൾ, യാത്രചെയ്യുമ്പോൾ എല്ലാം ഹാർട്ട് അറ്റാക്ക് വരാം. അപസ്മാര ഇളക്കത്തിന് മുന്നോടിയായ ഓറ വരുന്നതു പോലെ ഹാർട്ട് അറ്റാക്ക് വരുമ്പോൾ ഇടയ്ക്കിടെ നെഞ്ചുവേദന വരാം. അത് വ്യായാമം ചെയ്യുമ്പോഴുണ്ടാവുകയും വിശ്രമിക്കുമ്പോൾ പുറമുക്കയും ചെയ്യു ന്നധുയായിരിക്കും. അത് ഇടയ്ക്കിടെ രക്തയോട്ടം കുറയുന്നതു കൊണ്ടാ യിരിക്കാം.

പലരും ഹാർട്ട് അറ്റാക്കും പെട്ടെന്ന് ഹൃദയം നിന്നു പോകുന്നതു

മായി (കാർഡിയാക് അറസ്റ്റ്) തെറ്റിദ്ധരിക്കാറുണ്ട്. ഈ രോഗം ഉണ്ടാ കുന്നത് ഹൃദയപേശികളിലേക്കുള്ള ആലക്തികസന്ദേശങ്ങൾ പെട്ടെന്ന് നിലയ്ക്കുമ്പോഴാണ്. ഇത് ഹാർട്ട് അറ്റാക്കുകൊണ്ടും വരാം. ഏറ്റവും പ്രധാന കാരണം ഇത് തന്നെയാണ്. എന്നാൽ മറ്റു കാരണങ്ങളുമുണ്ട്. അത്തരം രോഗികൾ ഹൃദ്രോഗത്തിന്റെ ചരിത്രമുണ്ടായിരിക്കും.

41. ഹാർട്ട് അറ്റാക്ക് സംശയിച്ചാൽ ചെയ്യേണ്ട കാര്യങ്ങൾ

വേഗം ബുദ്ധിപൂർവ്വം പ്രവർത്തിക്കണം. ലക്ഷണങ്ങൾ ഡോക്ടർമാ രെപ്പോലെ സാധാരണ ജനങ്ങൾ മനസ്സിലാക്കാത്തതാണ് പ്രശ്നം. പൊതുജനം ഹൃദയം എന്ന് പറഞ്ഞ് വേവലാതി പ്രകടിപ്പിക്കുമെങ്കിലും ശരിയായ വിവരം കുറവാണ്. മേല്പറഞ്ഞ ഹൃദയലക്ഷണങ്ങൾ ഹൃദി സ്ഥമാക്കിയാലും. പിന്നെ അടുത്ത ബന്ധുക്കളും സുഹൃത്തുക്കളും ഈ ലക്ഷണങ്ങൾ കാണിക്കുകയാണെങ്കിൽ നിങ്ങൾക്ക് ഉടനെ സഹായി ക്കാൻ കഴിയുമല്ലോ.

ഇതിന് ചില ഘട്ടങ്ങളുണ്ട്.

1. അടിയന്തര ഘട്ടങ്ങളിൽ വിളിക്കാനുള്ള ആംബുലൻസ് നമ്പറും, ഡോക്ടർ, ആസ്പത്രി നമ്പരുകളും നിങ്ങളുടെ പക്കലുണ്ടായിരി ക്കുമല്ലോ. അത് ആവശ്യത്തിന് ഉപയോഗിക്കണം.

2. രോഗിക്ക് നൈട്രോഗ്ലിസറിൻ ഡോക്ടർ നിർദ്ദേശിച്ചിട്ടുണ്ടെങ്കിൽ അത് ഉടനെ നിർദ്ദേശപ്രകാരം കഴിക്കാം.

3. ഒരു ആസ്പിരിൻ ഗുളിക കഴിക്കാൻ ഡോക്ടർ നിർദ്ദേശിച്ചിട്ടു ണ്ടെങ്കിൽ അത് കഴിക്കാം. അത് കഴിക്കുന്നത് രക്തം കട്ട പിടി ക്കൽ തടയും. ഇത് ഡോക്ടറുടെ നിർദ്ദേശപ്രകാരമേ ആകാവൂ. ചില മരുന്നുകളുമായി ആസ്പിരിൻ പ്രവർത്തനമുണ്ട് എന്നോർക്കണം.

4. ആരെങ്കിലും ഹൃദ്രോഗബാധിതനായി അബോധാവസ്ഥയിൽ കിട ക്കുകയാണെന്നിരിക്കട്ടെ. ഉടനെ അടിയന്തരവൈദ്യസഹായവും ആംബുലൻസും വിളിക്കാനേർപ്പാട് ചെയ്ത് അപ്പോൾത്തന്നെ സി പി ആർ എന്ന കാർഡിയോ പൾമണറി റിസസ്സിറ്റേഷൻ (cardiopulmonary resuscitation) ചെയ്യണം.

5. ആ വ്യക്തിയുടെ നെഞ്ച് രണ്ടിഞ്ചോളം താഴ്ത്തി അമർത്തണം. കഴുത്ത് പിന്നിലേക്ക് തള്ളി ശ്വാസം നേരെവരാൻ പാകത്തിലാക്ക ണം. അപ്രകാരം ചെയ്താൽ ശ്വാസനാളം നേർരേഖയിലാകും. ഓരോ മിനിട്ടിലും 100 പ്രാവശ്യമെങ്കിലും നെഞ്ച്താഴ്ത്തി അമർത്ത ണം. ചിലപ്പോൾ ഹാർട്ട് അറ്റാക്കിനോടൊപ്പം വെൻട്രിക്കുലർ ഫിബ്രി ല്ലേഷൻ (ventricular fibrillation) വരാം. അത് ഉടനെ മരണത്തി ലേക്ക് നയിക്കാം. സമയത്തിന് ഓട്ടോമാറ്റിക് എക്സ്റ്റേണൽ ഡിഫി ബ്രില്ലേറ്റർ (external defibrillator) ഉപയോഗിച്ചാൽ പെട്ടെന്നുള്ള ഹൃദയസ്തംഭനത്തിൽനിന്നും രക്ഷപ്പെടാം.

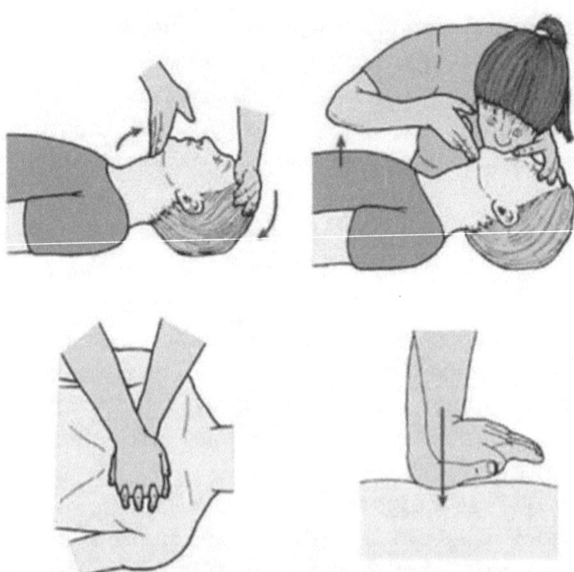

കാർഡിയോ പൾമണറി റിസസ്റ്റിറ്റേഷൻ ചെയ്യുന്ന വിധം. കഴുത്ത് പിന്നിലേക്ക് വെക്കുന്നതോടെ ട്രക്കിയ എന്ന ശ്വാസക്കുഴൽ നേരെയാകുന്നു. ഒരാൾ വായിലൂടെ ഊതി ശ്വാസം കൊടുക്കുന്നു. അടുത്തയാൾ നെഞ്ചിൽ രണ്ടു കൈ കൊണ്ടും അമർത്തി ഹൃദയത്തെ ഉത്തേജിപ്പിക്കുന്നു. അത് മസ്തിഷ്കത്തിലേക്കും ഹൃദയത്തിലേക്കുമുള്ള രക്തയോട്ടം ശരിയാക്കുന്ന തരത്തിലായിരിക്കണം.

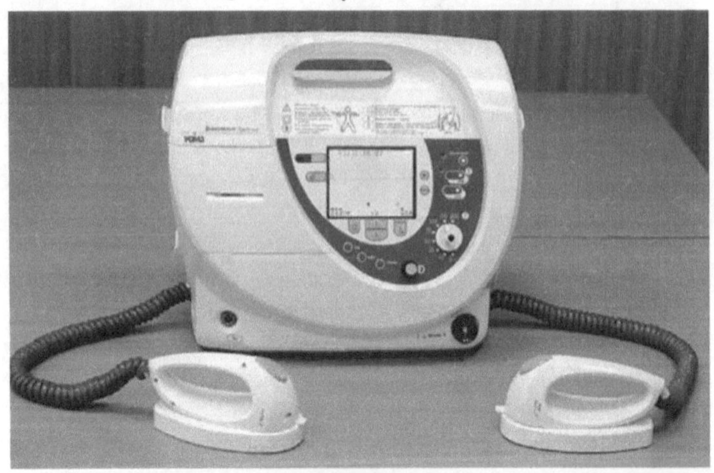

ഡിഫിബ്രില്ലേറ്റർ ഉപയോഗിച്ച് തടസ്സപ്പെട്ട വ്യക്തിയുടെ ഹൃദയമിടിപ്പ് നേരെയാക്കുന്നു. ഡിഫിബ്രില്ലേറ്റർ. രണ്ടു വശത്തും കാണുന്ന ഇലക്ട്രോഡുകളാണ് നെഞ്ചിൽ മുക ളിലെ ചിത്രത്തിൽ കാണുന്ന സ്ഥലത്ത് വെച്ച് ഹൃദയത്തെ പ്രചോദിപ്പിക്കേണ്ടത്.

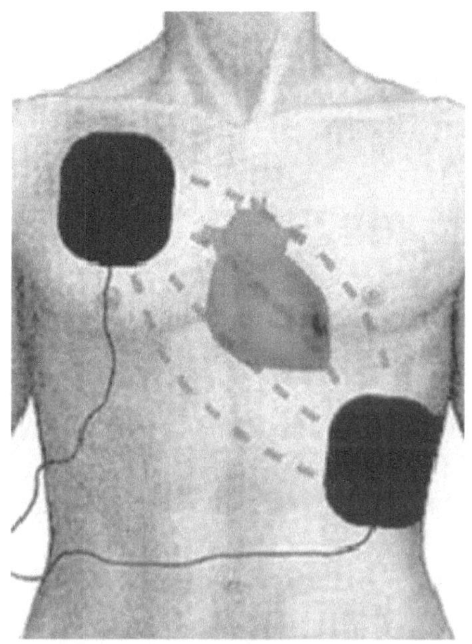

ഡിഫിബ്രില്ലേറ്റർ വെക്കേണ്ട സ്ഥലം.
ഹൃദയത്തിനു മുകളിൽ വലത്തുഭാഗത്തും
താഴെ ഇടത്തുഭാഗത്തും.

ആസ്പത്രിയിലെത്തും മുമ്പ്, ഉടനടി ഇതൊക്കെയാണ് ചെയ്യാനുള്ളത്.

42. ഹൃദയാരോഗ്യം നില നിർത്താൻ ചെയ്യേണ്ട കാര്യങ്ങൾ

നാരുകളുള്ള ഭക്ഷണം കൂടുതൽ കഴിക്കുക. ധാന്യങ്ങൾ, പഴങ്ങൾ പല നിറത്തിലുള്ളവ, പച്ചക്കറികൾ എന്നിവ.

ചുവന്ന മാംസം അതായത് ബീഫ്, മട്ടൺ എന്നിവയ്ക്കു പകരം വെള്ളയിറച്ചിയായ കോഴിയിറച്ചി ഉപയോഗിക്കാം. മാംസക്കൊഴുപ്പുകൾ ഒഴിവാക്കുക. ട്രാൻസ് കൊഴുപ്പുകളുള്ള വെണ്ണ ക്രീം പാക്കു ചെയ്ത ഭക്ഷണം എന്നിവ ഒഴിവാക്കുക.

ഇവ ലോ ഡെൻസിറ്റി ലൈപ്പൊപ്രോട്ടീൻ കൂട്ടാൻ സാദ്ധ്യതയുണ്ട്. ഹൈ ഡെൻസിറ്റി ലൈപ്പൊപ്രോട്ടീൻ കൂട്ടാനുള്ള ഭക്ഷണം കഴിക്കണം. ശരിയായ ഭക്ഷണത്തോടൊപ്പം നല്ല വ്യായാമവും ഗുണം ചെയ്യും. അപ്രകാരം ശരിയായ രീതി തുടരുന്നതോടെ 2–3 ആഴ്ചയോടെ കൊളസ്ട്രോൾ കുറയുന്നതായി കാണാം.

സാച്ചുറേറ്റഡ് കൊഴുപ്പാണ് കൊളസ്ട്രോൾ കൂട്ടുന്നതിൽ പ്രധാന പങ്ക് വഹിക്കുന്നത്. അതിൽ ലോ ഡെൻസിറ്റി ലൈപ്പൊപ്രോട്ടീൻ കൊളസ്ട്രോൾ കൂട്ടുന്നത് ഇവ രണ്ടുമാണ്.

ഒലിവ് എണ്ണയിലും കനോല എണ്ണയിലുമുള്ള മുഫ എന്ന മോണോസാച്ചുറേറ്റഡ് കൊഴുപ്പ് ലോ ഡെൻസിറ്റി ലൈപ്പൊപ്രോട്ടീൻ കൊളസ്ട്രോൾ കുറയ്ക്കുകയും ഹൈ ഡെൻസിറ്റി ലൈപ്പൊപ്രോട്ടീൻ കൊളസ്ട്രോൾ കൂട്ടുകയും ചെയ്യും.

മാംസത്തിലുള്ള കൊഴുപ്പ്, ഫാസ്റ്റ് ഫുഡ്, പാം എണ്ണ, വെളിച്ചെണ്ണ, കൊക്കോ വെണ്ണ എന്നിവ ഒഴിവാക്കണം.

സൂര്യകാന്തി, സോയാബീൻ, കോ, എള്ള് എണ്ണകൾ നല്ലതാണ്.

ഹൈഡ്രോജിനേറ്റ് ചെയ്യപ്പെട്ട എണ്ണകൾ, വെണ്ണയിലും മറ്റുമുള്ള ട്രാൻസ് കൊഴുപ്പുകൾ ഒഴിവാക്കണം.

പെക്ടിൻ അടങ്ങിയ ഭക്ഷണം (ആപ്പിൾ, ഓറഞ്ച് തുടങ്ങിയ സിട്രസ് പുളിയുള്ള പഴങ്ങൾ) നല്ലതാണ്.

ക്യാരറ്റ്, ബീൻസ്, വെളുത്തുള്ളി, പച്ചക്കുരുമുളക് എന്നിവ കൊള സ്ട്രോൾ കുറയ്ക്കാൻ നല്ലതാണ്. സാച്ചുറേറ്റഡ് കൊഴുപ്പും ട്രാൻസ് കൊഴുപ്പും കൂടുതൽ കഴിച്ചാൽ കൊളസ്ട്രോൾ അപകടകരമാം വിധം ഉയരും. കൊബ്ബ് അധികം കൊളസ്ട്രോൾ ഉയർത്തുന്നതല്ല, എന്നാലത് എണ്ണയിൽ പൊരിച്ചാൽ കൊളസ്ട്രോൾ കൂട്ടുന്ന ബോംബായി മാറും.

സൂപ്പർ മാർക്കറ്റുകളിലെ റാക്കുകളിലൂടെ കണ്ണോടിച്ചു കൊണ്ടിരി ക്കുമ്പോൾ പായ്ക്കറ്റുകളുടെ ലേബൽ നോക്കിയാലും. സാച്ചുറേറ്റഡ് കൊഴുപ്പും ട്രാൻസ് കൊഴുപ്പും ഉണ്ടോ എന്ന് പ്രത്യേകം ശ്രദ്ധിക്കുക.

ചില റെഡിമെയ്ഡ് ഭക്ഷണങ്ങളുണ്ട്. അവയിൽ കൊളസ്ട്രോൾ കുറയ്ക്കുന്നതിനുള്ള ചേരുവകളടങ്ങിയവ ഉണ്ട്. നിങ്ങളുടെ ഡോക്ടർ/ ഡയറ്റീഷ്യന്റെ ഉപദേശമനുസരിച്ച അവ കഴിക്കാം.

ഓട്സ്, നട്സ്, ഫ്രൂട്സ് ഇവ ഓർക്കാൻ വളരെ എളുപ്പമല്ലേ? വാക്കു കൾക്ക് പ്രാസവും താളവും ഉണ്ട്. ഇവ കഴിച്ചാലും. ഇവ നാരുകളാൽ

സമ്പന്നമാണ്. ഇവ നിങ്ങളുടെ കുടലിൽനിന്നും വീണ്ടും വലിച്ചെടുത്ത് രക്തത്തിലേക്ക് കൊളസ്ട്രോൾ ഉണ്ടാക്കാവുന്ന പിത്തനീരിനെ പിടികൂടി മലത്തിലൂടെ പുറത്തുകളയുന്ന രക്ഷകരാണ്. ഇവയിലടങ്ങിയ നാരുക ളാണ് ഈ അമൂല്യസേവനം നിങ്ങൾക്ക് തരുന്നത്.

വെളുത്തുള്ളി, ഇഞ്ചി, പുളി, കരയാമ്പൂ, മോര്, ഇരുമ്പാംപുളി എന്നിവ കൊളസ്ട്രോൾ കുറയ്ക്കും. മോരിലെ പാടപോലെയുണ്ടാകാവുന്ന നെയ്യ് മാറ്റണം. ഇത് ചേർത്ത് രസം ഉണ്ടാക്കാമല്ലോ. അത് ഊണിനൊപ്പവും ശേഷവും കഴിക്കാം. പാചകവിദഗ്ദ്ധർ പ്രമേഹം, രക്തസമ്മർദ്ദം, കരൾരോഗം, ഗൗട്ട്, പോഷകാഹാരക്കുറവ്, ഗർഭിണികൾ, കുട്ടികൾ, കഠി നജോലിക്കാർ, പ്രായമായവർ, ഓപ്പറേഷൻ, പനി എന്നിവയ്ക്കുശേഷ മുള്ളവർ എന്നിവർക്ക് കൂടുതൽ പ്രത്യേക പാചകവിധികൾ പ്രചരിപ്പി ക്കുന്നത് നന്നായിരിക്കും.

പ്രകൃതിയിലുള്ള ഭക്ഷണം എപ്പോഴും കൊളസ്ട്രോൾ കുറയ്ക്കാൻ സഹായിക്കും. ഉയർന്ന കൊളസ്ട്രോൾ ഇന്നൊരു ആഗോള പ്രതിഭാസ മാണ്. അമിതഭാരം, രക്തസമ്മർദ്ദം, ഹൃദ്രോഗം, പ്രമേഹം, കൊളസ്ട്രോൾ കൂടുതൽ എന്നിവ ആധുനികസംസ്കാരത്തിന്റെ ജീവിതശൈലിരോഗ ങ്ങളാണ്. കൃത്രിമ മനുഷ്യനിർമ്മിത ഭക്ഷണത്തിൽ നിന്നാണിവ ഉരു ത്തിരിഞ്ഞ് വരുന്നത്.

ഓട്സ് ഉപ്പുമാവ്. ഓട്സ് കൊണ്ട് പല സ്വാദിഷ്ടമായ വിഭവങ്ങളും ഉണ്ടാക്കാം.

പലതരം അണ്ടിപരിപ്പുകൾ– വിലയും ഇഷ്ടവുമനുസരിച്ച്
ഏതു വേണമെങ്കിലും തെരഞ്ഞെടുക്കാം.

നിയാസിൻ എന്ന വിറ്റാമിൻ, വെളുത്തുള്ളി, പലതരം ബെറികൾ
(കുരുവില്ലാപ്പഴങ്ങൾ) എന്നിവ കൊളസ്ട്രോൾ കുറയ്ക്കാൻ ഉതകും.

ഹൈ ഡെൻസിറ്റി ലൈപ്പോപ്രോട്ടീൻ കൊളസ്ട്രോൾ ആവശ്യ
ത്തിന് നിലനിർത്തി ആകെയുള്ള കൊളസ്ട്രോൾ കുറയ്ക്കാനുള്ള
ഭക്ഷണം ഏതെല്ലാമാണ്?

സാച്ചുറേറ്റഡ് കൊഴുപ്പ് ഒഴിവാക്കി കൂടുതൽ അന്നജവും നാരുകളുമുള്ള സസ്യാഹാരം, അതായത് കൂടുതൽ സസ്യസ്റ്റെറോളുകൾ അടങ്ങിയത് കഴിക്കുന്നത് നല്ലതാണ് അമേരിക്കൻ ഹാർട്ട് അസോസിയേഷൻ ശുപാർശ ചെയ്യുന്നത്

ഇതാണ്. സസ്യസ്റ്റെറോളുകൾ കൊളസ്ട്രോൾ വലിച്ചെടുക്കുന്നതിനെ തടയുന്നു. അതുമൂലം കൊളസ്ട്രോൾ കുറയുന്നു. കൂടുതൽ കാർബോ ഹൈഡ്രേറ്റ് അടങ്ങിയ സമീകൃതാഹാരത്തിൽ സാച്ചുറേറ്റഡ് കൊഴുപ്പ് കുറയുന്നതിനുപുറമെ ആവശ്യത്തിന് വിറ്റാമിനുകളും ലവണങ്ങളും നാരുകളുമുണ്ടാകും.

അപ്രകാരമുള്ള ഒരു ആരോഗ്യദായകമായ ഭക്ഷണക്രമമാണ് കൊളസ്ട്രോൾ കുറയ്ക്കുന്നതിനും ഹൃദയാഘാതസാദ്ധ്യത കുറയ്ക്കു ന്നതിനും അനിവാര്യമായിട്ടുള്ളത്.

43. ഹൃദ്രോഗവും ഹാർട്ട് അറ്റാക്കും വർദ്ധിപ്പിക്കുന്ന ഘടകങ്ങൾ.

ഉയർന്ന കൊളസ്ട്രോൾ മറ്റു പല ഘടകങ്ങളിൽ ഒന്നുമാത്രം. വേറൊരു കാരണം കൂടിയുണ്ടെങ്കിൽ സാദ്ധ്യത വളരെ വർദ്ധിക്കുന്നു. ജൈവശാസ്ത്രത്തിന്റെ പ്രത്യേകതയാണത്. ചിലത് നിങ്ങളുടെ നിയ ന്ത്രണത്തിലാണ്. എന്നാൽ ചിലവയാകട്ടെ ഉദാഹരണമായി നിങ്ങളുടെ മാതാപിതാക്കളിലൂടെ നിങ്ങൾക്ക് സിദ്ധിച്ച പാരമ്പര്യം, ജീനുകൾ അവയെ നിങ്ങൾക്ക് മാറ്റാനാവില്ല. ചില സ്വഭാവങ്ങൾ ഉദാഹരണമായി, പുകവലി ചിലപ്പോൾ മാറ്റാൻ ബുദ്ധിമുട്ടാവും. അതുപോലെ തടികുറയ് ക്കാൻ, രക്തസമ്മർദ്ദത്തിന് മരുന്നു പതിവായി കഴിക്കുന്നതിനു പകരം ചിലർ ഇടയ്ക്കിടെ മുടങ്ങും. ഏതൊക്കെയാണ് കാരണങ്ങളെന്ന് നോക്കാം:

1. പ്രമേഹം.
2. കുടുംബചരിത്രം.
    പ്രത്യേകിച്ച് രക്തബന്ധുക്കളിൽ ചെറുപ്രായത്തിൽ ഹാർട്ട് അറ്റാക്ക് വരിക.
3. പുരുഷന്മാരിൽ 45 വയസ്സിനും സ്ത്രീകളിൽ 55 വയസ്സിനുശേഷവും.
4. മാനസികസമ്മർദ്ദം.
5. ഉയർന്ന കൊളസ്ട്രോൾ.
6. ഉയർന്ന രക്തസമ്മർദ്ദം.
7. പുകവലി.
8. അമിതഭാരം.
9. വ്യായാമമില്ലായ്മ.
    ഇതിൽ രണ്ടും മൂന്നും നിങ്ങൾക്ക് മാറ്റാൻ കഴിയുകയില്ലല്ലോ.

44. ഹൃദ്രോഗമുള്ളവർക്ക് ലോ ഡെൻസിറ്റി ലൈപ്പോപ്രോട്ടീൻ കൊളസ്ട്രോൾ കുറയ്ക്കുവാനുള്ള മരുന്ന് കൊടുക്കുന്നതിന്റെ നയം

എല്ലാ കാര്യത്തിനും നമുക്കൊരു നയവും പരിപാടിയും ആവശ്യ മാണെല്ലോ.

1. ആദ്യമായി ജീവിതശൈലി ആരോഗ്യകരമാക്കുക. പുകവലി, മദ്യപാനം നിർത്തുക. രക്തസമ്മർദ്ദം കുറയ്ക്കൽ, പ്രമേഹം നിയന്ത്രിക്കൽ, മാനസിക സമ്മർദ്ദം കുറയ്ക്കൽ, ആസ്പിരിൻ ചികിത്സ, മാസമുറ നിന്നവരിൽ ആവശ്യത്തിന് ഹോർമോൺ ചികിത്സ. 2-3 പ്രാവശ്യം കൊളസ്ട്രോൾ ഭക്ഷണം കഴിക്കാതെ പരിശോധിച്ചിട്ടും ശരിയാ കുന്നില്ലെങ്കിൽ,

2. അടുത്തതായി ഭക്ഷണക്രമീകരണം പരീക്ഷിക്കുക. ഒരു കൊല്ലം കഴിഞ്ഞ് വീണ്ടും പരിശോധിക്കുക. എന്നിട്ടും കുറയുന്നില്ലെങ്കിൽ,

3. മരുന്നുകൾ ആരംഭിക്കുക. 6-12 മാസത്തിലൊരിക്കൽ പരിശോധി ക്കുക.

45. ഹൃദ്രോഗമില്ലാത്തവർക്ക് കൊളസ്ട്രോൾ കുറയ്ക്കുവാനുള്ള മരുന്ന് കൊടുക്കുന്നതിന്റെ നയം

1. മുകളിൽ(1) പറഞ്ഞ ജീവിതശൈലിമാറ്റവും രോഗങ്ങൾ നിയന്ത്രി ക്കലും പ്രശ്നങ്ങൾ പരിഹരിക്കലുമെല്ലാം ചെയ്യുക.

2. എന്നിട്ടും കൊളസ്ട്രോൾ കൂടുതലെങ്കിൽ അത് ചികിത്സിക്കണമോ എന്ന് നിങ്ങളുടെ ഡോക്ടറുമായി ചർച്ച ചെയ്യുക. ഒരു കൊല്ലത്തിനു ശേഷം വീണ്ടും വിലയിരുത്തുക.

3. ഒരു കൊല്ലത്തിനുശേഷം, ആകെയുള്ള കൊളസ്ട്രോൾ വീണ്ടും (ഭക്ഷണത്തിനുശേഷം) പരിശോധിക്കുക.

4. 2-3 പ്രാവശ്യമോ, ഡെൻസിറ്റി ലൈപ്പോപ്രൊട്ടീൻ കൊളസ്ട്രോൾ 130-160 മില്ലിഗ്രാം/ഡെസിലിറ്ററിൽ കൂടുതലെങ്കിൽ 1-5 വർഷം കഴിഞ്ഞോ വീണ്ടും പരിശോധിക്കുക.

5. ലോ ഡെൻസിറ്റി ലൈപ്പോപ്രൊട്ടീൻ കൊളസ്ട്രോൾ 160-220 മില്ലിഗ്രാം/ഡെസിലിറ്ററിൽ കൂടുതലെങ്കിൽ മരുന്നുകൾ ആരംഭി ക്കുക. 1-5 വർഷം കഴിയുമ്പോൾ പരിശോധിക്കുക.

6. ഇതിന്റെ പ്രയോജനം അപായസാദ്ധ്യതയും ചെലവിനേക്കാളും മെച്ചമാണോ എന്നു വിലയിരുത്തിയാലും. ഓരോ വർഷവും കൊളസ്ട്രോൾ പരിശോധിക്കുക. ചികിത്സ മെച്ചമെന്ന് ബോദ്ധ്യ മായാൽ തുടരുക.

7. ലോ ഡെൻസിറ്റി ലൈപ്പോപ്രൊട്ടീൻ കൊളസ്ട്രോൾ കുറയ്ക്കുവാ നുള്ള പ്രാഥമികലക്ഷ്യം വെച്ച് ചികിത്സിക്കുക. ഭക്ഷണരീതിയും ജീവിതശൈലിയും തുടരുക. ഓരോ വർഷവും കഴിയുന്തോറും ചികിത്സ പുനഃപരിശോധിക്കുക.

46, വൈനും ഭക്ഷണത്തിലെ ഉപ്പും - ഹൃദ്രോഗകാരണമായോ

ഈ രണ്ടു വിഷയങ്ങളിലും പൊതുജനങ്ങളുടെ ഇടയിൽ ആശയ കുഴപ്പം എപ്പോഴും സജീവമാണ്. ഈ വിഷയങ്ങളിലെ ശരിയായ സന്ദേ ശങ്ങൾ ഉൾക്കൊള്ളുന്നില്ല എന്നതാണ് പഠനങ്ങൾ കാണിക്കുന്നത്.

പതിവായി വൈൻ കഴിക്കുന്നവരും ഹൃദ്രോഗവും തമ്മിലുള്ള ബന്ധം.

പതിവായ വൈൻ ഉപയോഗം അനാരോഗ്യകരമെന്ന് പറയാതിരിക്കാൻ കഴിയില്ല. കാരണം അതിനടിമപ്പെടുന്നത് ആ വ്യക്തി അറിയുന്നില്ല എന്നതാണ് ഏറ്റവും സുപ്രധാന പ്രശ്നം.

ഒരു ദിവസം കഴിക്കേണ്ട ഉപ്പ്.

പാക്ക് ചെയ്ത ഭക്ഷണങ്ങളിലെ ഉപ്പ് കണക്കാക്കി വേണം നാം കഴിക്കുന്ന ഭക്ഷണത്തിലെ ആകെയുള്ള ഉപ്പ് കണക്കാക്കുവാൻ. അത് ലേബലിൽ കാണാം.

കല്ലുപ്പും പൊടിയുപ്പും തമ്മിൽ സോഡിയത്തിന്റെ അളവിൽ കാര്യമായ വ്യത്യാസമില്ല.

ഒരു ദിവസം കഴിക്കേണ്ട സോഡിയം.

സാധാരണ ആരോഗ്യമുള്ള ഒരു വ്യക്തിക്ക് ഒരു ദിവസം 2.3 ഗ്രാം ഉപ്പ് (സോഡിയം ക്ലോറൈഡ്) കഴിക്കാം. അമ്പത്തൊന്ന് വയസ്സിന് ശേഷമാണെങ്കിൽ അത് 1.5 ഗ്രാമായി ചുരുക്കണം. രക്തസമ്മർദ്ദം, പ്രമേഹം, വൃക്കരോഗം എന്നിവയുണ്ടെങ്കിൽ ഡോക്ടറുടെ നിർദ്ദേശമനുസരിച്ച് 1.5 ഗ്രാം നിലവാരത്തിലോ അതിലും കുറവോ ആയിരിക്കണം.

47. ഫ്രഞ്ച് വൈരുദ്ധ്യം എന്ന വീഞ്ഞും ഹൃദയവും തമ്മിലുള്ള ബന്ധം

ഫ്രഞ്ച് വൈരുദ്ധ്യം എന്ന പേരിൽ സുപ്രസിദ്ധമായ പഠനം വിളംബരം ചെയ്തത് ലോകത്തേറ്റവും അധികം വീഞ്ഞു കുടിച്ചിരുന്ന ഫ്രഞ്ചുകാരിൽ ഹൃദ്രോഗസാദ്ധ്യത കുറവാണെന്നാണ്. സാച്ചുറേറ്റഡ് കൊഴുപ്പ് കൂടുതൽ കഴിച്ചിട്ടും ഹൃദ്രോഗസാദ്ധ്യത കുറയുന്നത് ഗവേഷകരെ അത്ഭുതപ്പെടുത്തി.

അതോടെ വീഞ്ഞു നിർമ്മാതാക്കൾ ഇത് ആരോഗ്യകരമായ ഭക്ഷണമാണ്, അതുകൊണ്ട് അപ്രകാരം പ്രോത്സാഹിപ്പിക്കപ്പെടണം എന്നും വാദിച്ചു തുടങ്ങി. പക്ഷേ, പിന്നീടു നടത്തിയ ആവർത്തന പഠനങ്ങൾ ഈ ഗുണഫലങ്ങൾ തെറ്റാണെന്ന് തെളിയിച്ചു.

തുടർ പഠനങ്ങൾ കാണിച്ചത് യഥാർത്ഥത്തിൽ അവരിലെ ബോഡി മാസ്സ് ഇൻഡക്സ് (body mass index) കുറവായതുകൊണ്ടും, ഹൃദയമിടിപ്പും ട്രൈഗ്ലിസറൈഡും, രക്തത്തിലെ പഞ്ചസാരയും, ഉൽക്കണ്ഠയും വിഷാദവും കുറവായതുകൊണ്ടുമായിരുന്നു എന്നു തെളിഞ്ഞു. മാത്രമല്ല കൂടിയ ശ്വാസപ്രവർത്തനവും മെച്ചമായ വ്യായാമവും ശാരീരിക അവസ്ഥയും, ഔദ്യോഗിക നിലയും എല്ലാംകൂടിയാണ് ഹൃദ്രോഗസാദ്ധ്യത കുറഞ്ഞത്. അല്ലാതെ വീഞ്ഞു കുടിച്ചതുകൊണ്ടായിരുന്നില്ല.

അതുപോലെ സ്ത്രീകളിലെ വീഞ്ഞു ഉപയോഗിക്കുന്നവരിൽ താഴ്ന്ന രക്തസമ്മർദ്ദവും, ട്രൈഗ്ലിസറൈഡുകൾ കുറവും അരക്കെട്ട് വണ്ണംകുറവും ഉണ്ടായിരുന്നു. ഈ ഗുണപരമായ പഠനബാഹ്യ

കാരണങ്ങൾ പരിഗണിക്കാതെയായിരുന്നു ആദ്യത്തെ നിഗമനം പുറത്ത് വന്നത്.

മാത്രമല്ല വീഞ്ഞു പ്രോത്സാഹിപ്പിക്കുകയാണെങ്കിൽ അതിന് അടിമ പ്പെടാനുള്ള സാദ്ധ്യതയും വളരെ കൂടുതലാണ്.

കൊഴുപ്പിന്റെ കുഴപ്പങ്ങൾ

48. ദന്തരോഗവും ഹൃദ്രോഗവും തമ്മിലുള്ള ബന്ധം

ദന്ത രോഗം കൊണ്ടുമാത്രം ഒരാൾക്ക് ഹൃദ്രോഗം വരില്ല. ഹൃദ്രോഗസാദ്ധ്യതയുള്ളവരിൽ ദന്തരോഗം കൂടിയുണ്ടെങ്കിലത് തീർച്ച യായും അപകടം ക്ഷണിച്ചു വരുത്തലാണ്. മോണയിലെയും പല്ലിലെയും രോഗാണുക്കൾ നേരിട്ട് രക്തത്തിലേക്ക് വരുന്നു. അപ്പോൾ ധമനികളി ലുള്ള അഥിരോസ്ക്ലിറോട്ടിക് പ്ലാക്കുകളിൽ അവയെത്തിയാൽ അവ രോഗാണുവിന്റെ ആക്രമണത്താൽ വിങ്ങുകയയും അതു പൊട്ടി രക്തം കട്ട പിടിക്കാനിടയാകുകയും ചെയ്യുന്നു. അത് സുപ്രധാന ഇടങ്ങളിൽ അതായത് ഹൃദയത്തിലോ മസ്തിഷ്കത്തിലോ രക്ത ഓട്ടം തടസ്സപ്പെ ടുത്തി ഹാർട്ട് അറ്റാക്കും സ്ട്രോക്കും ഉണ്ടാക്കാനിടവരുന്നു.

ഇതിനെന്താണ് ചെയ്യേണ്ടത്?

-ദിവസേന ഫ്ളോസ് (പല്ല് വൃത്തിയാക്കുന്ന ഒരു തരം നൂൽ. മെഡിക്കൽ സ്റ്റോറുകളിൽ കിട്ടും) ഇത് രണ്ടു കൈകൊണ്ടും പല്ലു കൾക്കിടയിലൂടെ ഈർച്ചവാൾ നീക്കുന്നതുപോലെ അങ്ങോട്ടുമിങ്ങോട്ടും വലിച്ച് പല്ലുകളുടെ ഇട വൃത്തിയാക്കുക. സംശയമുണ്ടെങ്കിൽ ഇത് നിങ്ങളുടെ ദെന്തിസ്റ്റ് കാണിച്ചു തരും.
-ദിവസത്തിൽ രണ്ടു പ്രാവശ്യം പല്ല് ബ്രഷ് ചെയ്യുക.
-ടൂത്ത് ബ്രഷ് മൂന്നു മാസത്തിലൊരിക്കൽ മാറ്റണം.
-ആറു മാസത്തിലൊരിക്കലോ വർഷത്തിലൊരിക്കലോ ദെന്തി സ്റ്റിനെ കാണണം.

49. വ്രതം എടുക്കുന്നതുകൊണ്ട് കൊളസ്ട്രോൾ കുറഞ്ഞ് ഹൃദ്രോഗ സാദ്ധ്യത കുറയാനുള്ള സാദ്ധ്യത

തിങ്കളാഴ്ച വ്രതം പോലുള്ള ഇടയ്ക്കുള്ള വ്രതം ആയിരിക്കും സാധാരണ ഉദ്ദേശിക്കുന്നത്. വ്രതങ്ങൾ ഭൂരിഭാഗവും മതപരമാണ്. അതിന്റെ നിബന്ധനകൾ അനുസരിച്ചാണ് അത് നിറവേറ്റപ്പെടുന്നത്. ഇടയ്ക്ക് 24 മണിക്കൂർ ഭക്ഷണമില്ലാതെ കഴിയുന്നത് ആരോഗ്യത്തിനും കൊളസ്ട്രോൾ കുറയുന്നതിനും പ്രയോജനകരമാകാം.

അത് ഹൃദയത്തിന് എത്രമാത്രം പ്രയോജനകരമെന്ന് ഉറപ്പിച്ച് പറങ്ങുകയും പലപ്പോഴും ഭക്ഷണത്തോടൊപ്പം മദ്യവും പുകവലിയും നിർത്തുന്നതുകൊണ്ടുള്ള പ്രയോജനമായിരിക്കാം നാം കാണുന്നത്.

പതിവായി വ്രതമെടുക്കുന്നവരിൽ മദ്യവും പുകവലിയും കുറവാ യിരിക്കുമെന്ന് കാണാം. അവർ, കൊളസ്ട്രോളും പഞ്ചസാരയും ശരീര

ത്തിൽനിന്ന് വേഗം കളയുന്നതായും കാണുന്നുണ്ട്. അവരിൽ ലോ ഡെൻസിറ്റി ലൈപ്പോപ്രോട്ടീൻ കൊളസ്ട്രോൾ കുറയുന്നതായും കാണാ റുണ്ട്. വ്രതം ഇടയ്ക്ക് മാത്രമെങ്കിൽ പ്രമേഹം വരാനുള്ള സാദ്ധ്യതയും കുറയും. അതും ഹൃദയത്തിന് നല്ലതാണ്. ഇപ്രകാരം പതിവായി വ്രത മെടുക്കണമെന്നുണ്ടെങ്കിൽ ഡോക്ടറോട് ചോദിച്ച് അഭിപ്രായം അറി യേണ്ടതാണ്. ശരീരത്തിലെ ഗ്ലൂക്കോസ് വളരെ താഴുന്നത് അപകടകര മാണ്. അതായത് ഹൈപ്പോഗ്ലൈസീമിയ എന്ന ഗ്ലൂക്കോസ് വളരെ താഴുന്ന അവസ്ഥ വന്നാൽ മസ്തിഷ്കം തുടങ്ങിയ സുപ്രധാന അവയവങ്ങളി ലേക്കുള്ള ഊർജ്ജം കുറഞ്ഞ് ബോധക്ഷയം വന്ന് ഗുരുതരാവസ്ഥയി ലേക്ക് പോകും.

ഇടയ്ക്കിടെ വ്രതമെടുക്കുന്നവർ തങ്ങളുടെ ഡോക്ടറോട് അഭി പ്രായം ചോദിക്കുന്നത് വളരെ നന്നായിരിക്കും. ഒരു പഠനം കാണിക്കുന്ന ത് ഇപ്രകാരം ഇടയ്ക്ക് വ്രതമെടുത്താൽ പ്രമേഹം വരാൻ സാദ്ധ്യത കൂടുമെന്നാണ്. ഏതായാലും ഹൃദയസൗഹൃദ ഭക്ഷണവും വ്യായാമവും സമ്മർദ്ദരഹിതജീവിതവും വളരെ ഗുണം ചെയ്യും എന്നതിൽ ഒരു സംശ യവും വേണ്ട.

50. വിറ്റാമിൻ കഴിക്കുന്നതുകൊണ്ടുള്ള പ്രയോജനം

സാധാരണ ഹൃദ്രോഗകാരണമായ തെറ്റായ ഭക്ഷണരീതി, വ്യായാമ മില്ലായ്മ, പുകവലി, രക്തസമ്മർദ്ദം, പ്രമേഹം എന്നിവ നിയന്ത്രിക്കാതെ 'ഞാൻ വിറ്റാമിൻ കഴിക്കുന്നുണ്ടല്ലോ' എന്നു കരുതി ഇരുന്നാൽ തെറ്റ്, അതുകൊണ്ട് ഒരു പ്രയോജനവുമില്ല. ആദ്യം തെളിയിക്കപ്പെട്ട കാരണ ങ്ങളെ ഒഴിവാക്കണം.

ഗവേഷണം തെളിയിക്കുന്നത് വിറ്റാമിൻ 'സി'യും 'ഇ'യും ഹൃദ്രോഗ സാദ്ധ്യത കുറയ്ക്കുമെന്നാണ്. ഇവയ്ക്ക് ലോ ഡെൻസിറ്റി ലൈപ്പോ പ്രോട്ടീൻ കൊളസ്ട്രോൾ കുറയ്ക്കാൻ കഴിവുണ്ടെന്ന് തെളിവുണ്ട്. അപ്രകാരം പ്ലാക്കുകൾ ഉണ്ടാവുന്നത് തടയും. അങ്ങനെ കൊറോണറി ധമനികൾ ചുരുങ്ങുന്നത് തടയും. എന്നാൽ അമേരിക്കൻ ഹൃദയ സംഘ ടന ഇതൊരു ചികിത്സയായി അംഗീകരിച്ചിട്ടില്ല. തെളിവുകൾ കുറവായ തു കൊണ്ടായിരിക്കാം. ഇതുപോലെ വിറ്റാമിൻ 'ഡി'യും ധമനികളുടെ ആരോഗ്യത്തിന് നല്ലതാണെന്ന് റിപ്പോർട്ടുകളുണ്ട്.

ഭക്ഷണത്തിൽനിന്നും ആവശ്യത്തിന് വിറ്റാമിൻ കിട്ടാത്തവർക്ക് ഇപ്രകാരം വിറ്റാമിൻ കഴിക്കുന്നത് നല്ലതാണ്. അതിനെ സംശയം തോന്നുന്നുവെങ്കിൽ നിങ്ങളുടെ ഡോക്ടറോട് ചോദിച്ചാലും.

51. കഠിനമായ വ്യായാമവും ഭക്ഷണക്രമീകരണവും ഇഷ്ടമല്ലാ ത്തവർക്കുള്ള നിർദ്ദേശം

It is a good morning exercise for a research scientist to discard

a pet hypothesis every day before breakfast. It keeps him young.-
Konrad Lorenz

തിരക്കുള്ളവരും വ്യായാമത്തിനോട് അത്ര താല്പര്യമില്ലാത്തവരു
മുണ്ട്. അവർക്കു പറ്റിയ നിർദ്ദേശങ്ങളുണ്ട്. അവ വളരെ ശ്രദ്ധേയമായ
മാറ്റങ്ങൾ വരുത്തും. ഉദാസീനതയും മടിയും മാറ്റുന്നത് നല്ലതാണ്.
എത്രയും സജീവമാകുന്നുവോ അത്രയും നല്ലതാണ്. ഇവിടെ ആഴ്ച
യിലൊരു ദിവസം നിങ്ങൾ കഠിനമായി വ്യായാമം ചെയ്തിരിക്കണം. അതി
ലൊരു വിട്ടു വീഴ്ചയുമില്ല. അവിടെ മടി പാടില്ല. ഇതുകൊണ്ട് ഹൃദ്രോഗം
തടയാം. ഇതിന്റെ സന്ദേശം എന്താണെന്ന് വെച്ചാൽ ചെറിയ കാര്യ
ങ്ങൾപോലും ബുദ്ധിപൂർവ്വം ചെയ്താൽ അത് നല്ല ഫലം പ്രദാനം
ചെയ്യും എന്നതാണ്.

അതോടൊപ്പം ഭക്ഷണം 5, വ്യായാമം 10, ഉറക്കം 8 എന്നിവയും
വേണം. ഓരോന്നായി നോക്കാം.

ഭക്ഷണം അഞ്ച്

ദിവസം അഞ്ചു പ്രാവശ്യമെങ്കിലും പഴങ്ങളും പച്ചക്കറികളും കഴി
ക്കണം. മൂന്നു നേരം ഭക്ഷണത്തോടൊപ്പവും ഇടവേളയിലും ഇവയാവാം.
കഴിക്കാൻ പറ്റാത്തവയെപ്പറ്റി അധികം വേവലാതിപ്പെടേണ്ട.

വ്യായാമം പത്ത്

ദിവസേന 10 മിനിട്ടെങ്കിലും ശക്തിയായ വ്യായാമം ചെയ്യണം. അതാ
യത് ആഴ്ചയിൽ 60–90 മിനിറ്റ് വ്യായാമം ചെയ്താൽ ഹൃദ്രോഗസാദ്ധ്യത
പകുതിയായി ചുരുങ്ങും. അപ്രകാരം വ്യായാമം ഇഷ്ടപ്പെട്ടു തുടങ്ങിയാൽ
ദിവസേന അത് കൂട്ടിക്കൊണ്ടു വരാം.

ഉറക്കം എട്ട്

സുഖകരമായ ഉറക്കം ഹൃദ്രോഗമില്ലാതിരിക്കുന്നതിന് അത്യന്താപേ
ക്ഷിതമാണ്. ദിവസം എട്ട് മണിക്കൂർ ഉറക്കം ആവശ്യമാണ്. ഇത്
വ്യക്തികൾ തമ്മിൽ വ്യത്യസ്തമാണ്. അത് രണ്ടാഴ്ച പരിശീലിച്ചാൽ
ശരിയാക്കാവുന്നതേയുള്ളൂ. പ്രശ്നങ്ങളുണ്ടെങ്കിൽ ഡോക്ടറെ കാണണം.

52. മത്സ്യവും ഹൃദ്രോഗവും. മത്സ്യത്തിലെ ഒമേഗ 3 കൊഴുപ്പിന്റെ പ്രയോജനം

മത്സ്യവും രോഗശാന്തിയും തമ്മിൽ ബന്ധമുണ്ടെന്ന് നമ്മുടെ പൗരാ
ണികർ മനസ്സിലാക്കിയിരിക്കുന്നു. വളരെയും കർത്താവായ
മേൽപ്പത്തൂർ നാരായണൻ ഭട്ടതിരിപ്പാടിന് തന്റെ ഗുരുവായ അച്യുതപി
ഷാരടിയിൽനിന്നും പകർന്നു കിട്ടിയ ഏതോ തളർവാതത്താൽ പരവശ
നായിരുന്നു. അപ്പോഴാണ് തുഞ്ചത്ത് എഴുത്തച്ഛൻ അദ്ദേഹത്തോട്

ദ്യയാർത്ഥത്തിൽ ചികിത്സയായി 'മത്സ്യം തൊട്ടുകൂട്ടുവാൻ' ഉപദേശി ക്കുന്നത്. അതിന്റെ ശരിയായ അർത്ഥം പിടികിട്ടിയ ഭട്ടതിരി മത്സ്യാവ താരം തൊട്ട് ആരംഭിച്ച് നാരായണീയം എഴുതാനാരംഭിക്കുകയും അതോടെ രോഗശാന്തി ലഭിക്കുകയും ചെയ്തുവെന്നാണ് ഐതിഹ്യം. ബ്രാഹ്മണനായ ഭട്ടതിരി മത്സ്യം കഴിക്കുകയില്ലെങ്കിലും അവർണ്ണനായ തുഞ്ചത്തെഴുത്തച്ഛൻ അത് ഉപദേശിക്കാനിടയായത് അന്ന് സമൂഹത്തിൽ മത്സ്യത്തിന് രോഗശമനത്തിനുള്ള എന്തോ ഉണ്ടെന്ന ധാരണ മൂലമായി രിക്കാം എന്ന് ഈ ഐതിഹ്യം സൂചന നല്കുന്നു.

ആഴ്ചയിൽ ഒന്നോ രണ്ടോ പ്രാവശ്യം മത്സ്യം കഴിക്കുന്നത് ഹൃദ്രോഗസാദ്ധ്യത മൂന്നിലൊന്ന് കുറയ്ക്കുമെന്ന് തെളിഞ്ഞിട്ടുണ്ട്. ഒമേഗ–3 എന്ന സാച്ചുറേറ്റഡ് അല്ലാത്ത കൊഴുപ്പ് മത്സ്യത്തിലുള്ളതിനാ ലാണ് ഈ ഗുണം കിട്ടുന്നത്. മത്സ്യത്തിലുണ്ടായേക്കാവുന്ന രസം എന്ന ലോഹം വിഷമായതുകൊണ്ട് ഇതിനെതിരെ വിമർശനമുന്നയിക്കുന്നവ രുണ്ട്. എന്തായാലും പ്രായോഗികമായി മത്സ്യംകൊണ്ട് ഹൃദ്രോഗ സാദ്ധ്യത കുറയ്ക്കുമെന്നത് സത്യം തന്നെയാണ്.

ഈ കൊഴുപ്പുള്ള മത്സ്യംകൊണ്ടു മാത്രമെ നാം ഉദ്ദേശിക്കുന്ന പ്രയോജനം ലഭിക്കുകയുള്ളൂ. ഒമേഗ 3 രക്തധമനികളിലെ ഇൻഫ്ളമേഷൻ എന്ന പഴുക്കൽ തടയുന്നു. അപ്രകാരം ഹൃദ്രോഗ സാദ്ധ്യത കുറ യ്ക്കുന്നു. ഒമേഗ 3 ക്ക് ട്രൈഗ്ലിസറൈഡുകൾ കുറയ്ക്കാൻ കഴിയും. രോഗപ്രതിരോധശക്തി കൂട്ടും. കുട്ടികളിൽ പഠനമികവ് പുലർത്താൻ കഴിയും. ആഴ്ചയിൽ രണ്ടോ മൂന്നോ പ്രാവശ്യം ഇതുപോലുള്ള മത്സ്യം കഴിക്കുന്നവരിൽ പെട്ടെന്നു ഹൃദ്രോഗമരണം ഉണ്ടാകുന്നില്ല.

പ്രത്യേക തരം മത്സ്യങ്ങൾ

തീർച്ചയായും പ്രാധാന്യമുണ്ട്. ഒമേഗ 3 കൂടുതലുള്ള കൊഴുപ്പുള്ള മത്സ്യങ്ങളായ സാൽമൺ, അയില, ചാള, ട്യൂണ എന്നിവയാണ് കഴി ക്കേണ്ടത്. ശുദ്ധജല മത്സ്യങ്ങളിൽ ഒമേഗ 3 കുറവാണ്. കടൽമത്സ്യങ്ങ ളിലാണ് അവയുള്ളത്.

ഭാഗം നാല്
ചികിത്സ

53. ഉയർന്ന കൊളസ്ട്രോൾ ചികിത്സ

ജീവിതശൈലിമാറ്റംകൊണ്ട് മാറ്റമില്ലാതെ കൊളസ്ട്രോൾ ഉയർന്നു തന്നെ നില്ക്കുകയാണെങ്കിൽ നാം മരുന്നുകളും കൂടി ഉപ യോഗിക്കണം. മരുന്നുകളിൽ സുപ്രധാനം സ്റ്റാറ്റിൻ മരുന്നുകളാണ്. അതോടൊപ്പം തുല്യ പ്രാധാന്യമർഹിക്കുന്നതാണ് (ടി എൽ സി) തെറാ പ്യൂട്ടിക് ലൈഫ് സ്റ്റൈൽ ചെയ്ഞ്ചസ് പ്രോഗ്രാം Therapeutic Lifestyle Changes (TLC) program എന്നു പറയുന്ന ജീവിതശൈലീ ക്രമീകരണ പരിപാടി. അതായത് വ്യായാമത്തോടൊപ്പം കൂടുതൽ ചുറുചുറുക്കാവുക, ഭക്ഷണക്രമീകരണം എന്നിവ. ഇവയുടെ ലക്ഷ്യം ഹൈ ഡെൻസിറ്റി ലൈപ്പോപ്രോട്ടീൻ കൊളസ്ട്രോൾ കൂട്ടുകയും ലോ ഡെൻസിറ്റി ലൈപ്പോപ്രോട്ടീൻ കൊളസ്ട്രോൾ കുറയ്ക്കുകയുമാണ്. അപ്രകാരം ഹൃദയാഘാത സാദ്ധ്യത, സ്ട്രോക് സാദ്ധ്യത എന്നിവ കുറയുന്നു. ഇത് നിങ്ങളുടെ കൊളസ്ട്രോൾ എത്രത്തോളം കൂടിയിരിക്കുന്നു, മരുന്നു കഴിക്കലും ജീവിതശൈലിമാറ്റവും നിങ്ങൾ എത്രത്തോളം ഭംഗിയായി നിർവ്വഹിക്കുന്നു, മാനസികസമ്മർദ്ദം നിങ്ങൾ എത്രത്തോളം കുറയ്ക്കു ന്നു, പുകവലി എത്രത്തോളം കുറയ്ക്കുന്നു എന്നതിനെയൊക്കെ ആശ്ര യിച്ചിരിക്കും.

54. കേരളീയ ജീവിതശൈലി

കേരളം എല്ലാ രംഗത്തും മാതൃകയായി തുടരുന്നുവെന്നാണ് നാം ധരിച്ചുവെച്ചിരിക്കുന്നത്. ഏറ്റവും ഉയർന്ന സാക്ഷരത, ഏറ്റവും കുറഞ്ഞ ശിശുമരണനിരക്ക്, ഏറ്റവും കുറഞ്ഞ മാതൃമരണ നിരക്ക്, ഏറ്റവും കൂടിയ

ആയുര്‍ദൈര്‍ഘ്യം തുടങ്ങി പല 'ഏറ്റവും' നമുക്ക് സ്വന്തമാണ്. (നമ്മുടെ സ്ഥിതി വിവരക്കണക്കുകള്‍ പലതും വികസിതരാജ്യങ്ങളോട് കിടപിടി ക്കുന്നവയാണ്.)

ഈ പല ഏറ്റങ്ങള്‍ക്കിടയില്‍ പല ആശങ്കാജനകമായ വസ്തുത കളും നമ്മെ ഉറ്റുനോക്കുന്നുണ്ട്. നമ്മുടെ മരണങ്ങളില്‍ പകുതിയും ഹൃദ്രോഗമാണെന്നത് കാണിക്കുന്നത് നമ്മുടെ ആരോഗ്യസംരക്ഷണ ത്തിന്റെ പരിതാപകരമായ അവസ്ഥയിലേക്കാണ്. രക്തസമ്മര്‍ദ്ദം, പ്രമേഹം, കൊളസ്ട്രോള്‍, മദ്യപാനം, പുകവലി എന്നിവയുടെ നിയ ന്ത്രണം സുപ്രധാനമാണെന്നും ഊന്നിക്കാണിക്കുന്നു. എല്ലാ സാമൂഹ്യ ആരോഗ്യസര്‍വ്വെ വിഭാഗങ്ങളും ഈ വിഷയത്തില്‍ പൂര്‍ണ്ണമായി പ്രവര്‍ത്തിച്ച് പൊതുജനങ്ങളുടെ ഇടയില്‍ പ്രവര്‍ത്തിച്ച് ജീവിതശൈലീ മാറ്റത്തെക്കുറിച്ച് ബോധവല്‍ക്കരണം അടിയന്തരമായി നടത്തേണ്ടതാ യിട്ടുണ്ട്.

നിശ്ശബ്ദമായി നമ്മുടെ ആരോഗ്യ നിലവാരത്തെ കാര്‍ന്നു തിന്നുന്ന ഇതിനെതിരെ നാം യുദ്ധാടിസ്ഥാനത്തില്‍ത്തന്നെ പ്രവര്‍ത്തിക്കേണ്ടിയി രിക്കുന്നു. ഗ്രാമപ്രദേശങ്ങളില്‍ പ്രമേഹം–8 ശതമാനം മാത്രമാണ്. പട്ടണ ങ്ങളില്‍ അത് 20 ശതമാനവും ആണ്! കടലില്‍ മത്സ്യബന്ധനത്തിന് പോകുന്നവരില്‍ പ്രമേഹം മൂന്ന് ശതമാനം മാത്രമാണ് എന്നോര്‍ക്കണം. പ്രമേഹവും പ്രഷറും കൊളസ്ട്രോളുമുള്ള കേരളത്തിലെ 15 ലക്ഷം പേര്‍ക്ക് ജീവിതശൈലീമാറ്റവും ചികിത്സയും മരുന്നുകളും കൊടു ക്കണം. ഇവയില്‍ നല്ലൊരു ശതമാനം പേര്‍ക്കും അശാസ്ത്രീയമായ ചികിത്സയാണ് ലഭിക്കുന്നത്. അതുമൂലം വൃക്ക പരാജയം, ഹൃദ്രോ ഗങ്ങള്‍, അന്ധത എന്നിവ വ്യാപകമാണ്. മൂന്നിലൊരു മലയാളികള്‍ക്ക് രക്തസമ്മര്‍ദ്ദമുണ്ടെന്നതാണ് ഞെട്ടിപ്പിക്കുന്ന മറ്റൊരു യാഥാര്‍ത്ഥ്യം.

അതുപോലെ ഗൗരവമുള്ള മറ്റൊന്നാണ് അമിതഭാരം. വ്യായാമ മില്ലായ്മ, ഫാസ്റ്റ് ഫുഡ് കൂടുതല്‍ കഴിക്കല്‍, വാഹനങ്ങളോടുള്ള അമി താശ്രയത്വം, ടി വിയുടെ മുമ്പിലിരുന്നു പരിപാടി കണ്ടുകൊണ്ട് ഭക്ഷണം കഴിക്കല്‍ എന്നിവ ഭാരം കൂടുന്നതിന് കാരണമാകുന്നു. വര്‍ഗ്ഗപരമായി നമ്മുടെ അമിതഭാരം ആപ്പിള്‍പോലെയോ മത്തങ്ങപോലെയോ ഉള്ള തടിവെക്കലാണ്. ശരീരക്കൊഴുപ്പ് മുഴുവനും അരക്കെട്ടില്‍ ശേഖരിക്ക പ്പെടുന്നു. ഇത് ഇന്‍സുലിന്‍ പ്രതിരോധം, പ്രമേഹം എന്നിവ ഉണ്ടാകു വാനിടയാക്കുന്നു. ഇവയാണ് പിന്നീട് പ്രമേഹവും സ്ട്രോക്കും അര്‍ബ്ബുദവും, സന്ധിരോഗങ്ങളുമുണ്ടാക്കുന്നത്. നമ്മുടെ മരണങ്ങളില്‍ 21 ശതമാനം ഹൃദ്രോഗംകൊണ്ടും, 13 ശതമാനം സ്ട്രോക്ക് കൊണ്ടുമാണ് സംഭവി ക്കുന്നത്. മദ്യപാനവും മാനസികരോഗവും പ്രധാനകാരണമായ ആത്മ ഹത്യയും കേരളത്തില്‍ കൂടുതലാണ്. ഈ വക പ്രശ്നങ്ങളിലെല്ലാം നിശ്ശബ്ദനായ വില്ലന്‍ കഥാപാത്രം ഉയര്‍ന്ന കൊളസ്ട്രോളാണ്. അതു കൊണ്ട് കേരളീയരില്‍ ജീവിതശൈലിമാറ്റം അങ്ങേയറ്റം പരിഗണിക്ക പ്പെടണം.

55. ജീവിതശൈലിമാറ്റം വളരെ സുപ്രധാനം

പലർക്കും വളരെ ഫലപ്രദമായി ഭക്ഷണം കുറയ്ക്കുകയും, സാച്ചുറേറ്റഡ് കൊഴുപ്പു കുറയ്ക്കുകയും വ്യായാമം ചെയ്യുകയും, ഭാരം കുറയ്ക്കുകയും, പുകവലി നിർത്തുകയും ചെയ്യുന്നതോടെ കൊളസ്ട്രോൾ കുറയ്ക്കാൻ കഴിഞ്ഞിട്ടുണ്ട്. കൊളസ്ട്രോൾ കുറയ്ക്കുക എന്നു ഡോക്ടർമാർ പറയുന്നതിനർത്ഥം ലോ ഡെൻസിറ്റി ലൈപ്പോപ്രോട്ടീൻ കൊളസ്ട്രോൾ കുറയ്ക്കുകയും ഹൈ ഡെൻസിറ്റി ലൈപ്പോപ്രോട്ടീൻ കൊളസ്ട്രോൾ കൂട്ടുകയുമാണെന്ന് മനസ്സിലാക്കണം. ജീവിതശൈലി മാറ്റംകൊണ്ട് പ്രതീക്ഷിച്ച മാറ്റം ഉണ്ടായില്ലെങ്കിൽ സ്റ്റാറ്റിൻ മരുന്നുകൾ തീർച്ചയായും കഴിക്കേണ്ടിവരും. കൊളസ്ട്രോൾ കൂടുതലുള്ളവർ എല്ലാവരുംതന്നെ ജീവിതശൈലി മാറ്റം അംഗീകരിക്കുകയും അത് നടപ്പിലാക്കുകയും വേണ്ടി വരും. എന്നാൽ മാത്രമേ ഹൃദ്രോഗവും സ്ട്രോക്കും ഫലപ്രദമായി തടയാനാകൂ.

ജീവിതശൈലി മാറ്റം പരീക്ഷിക്കുവാൻ നിങ്ങളുടെ ഡോക്ടർ ഒരു സമയബന്ധിത പരിപാടി നിർദ്ദേശിച്ചിട്ടുണ്ടാകും. ആ സമയത്തിനുള്ളിൽ ലക്ഷ്യം കൈവരിക്കാനായില്ലെങ്കിൽ അടുത്തപടിയായ സ്റ്റാറ്റിൻ മരുന്നുകൾ കഴിക്കേണ്ടി വരും. അതിന് മൂന്നു മുതൽ ആറു മാസംവരെ മാത്രമേ കാത്തിരിക്കേണ്ടതുള്ളൂ. അതിനുശേഷം സ്റ്റാറ്റിൻ മരുന്നുകൾ ആരംഭിക്കാം.

56. ശരിയായ വ്യായാമം

ശരിയായ ആരോഗ്യം നിലനിർത്താൻ വ്യായാമം ആവശ്യമാണ്. മാത്രമല്ല ഇത് ദീർഘായുസ്സിനും ജീവിതകാലം മുഴുവൻ പ്രവർത്തന നിരതരാകുവാനും അത്യാവശ്യമാണ്. അത് മെറ്റബോളിക് സിൻഡ്രോം (metabolic syndrome) എന്ന അമിതഭാരത്തിന്റെ പരിണത ഫലങ്ങളിൽ നിന്ന് കര കയറ്റുന്നു. തന്മൂലം പ്രമേഹം, രക്തസമ്മർദ്ദം, കൊളസ്ട്രോൾ, അർബ്ബുദങ്ങൾ, സന്ധിവേദന, ഹൃദ്രോഗം, വിഷാദരോഗം, ഉൽക്കണ്ഠ എന്നിവ കുറയുന്നു.

കൊളസ്ട്രോളിലെ കുഴപ്പക്കാരനായ ട്രൈഗ്ലിസറൈഡുകൾ വ്യായാമം ചെയ്താൽ വളരെ വേഗം കുറയും. വേഗം ഉപയോഗിച്ചു തീർക്കാവുന്ന കൊഴുപ്പായതുകൊണ്ടാണിത്. നല്ല ഉറക്കം, നല്ല വിശപ്പ് എന്നിവ ഉണ്ടാകുന്നു. പ്രായമായവരിൽ അടിതെറ്റി വീഴ്ച കുറയുന്നു, പരാശ്രയമില്ലാതെ കാര്യങ്ങൾ ചെയ്യാൻ കഴിയുന്നു. എല്ലാ അവയവങ്ങളുടെയും കാര്യക്ഷമത കൂടുന്നു. ഹൃദയം, കരൾ, വൃക്ക എന്നിവ നന്നായി പ്രവർത്തിക്കുന്നു. രക്തപരിശോധനയിൽ നല്ല പ്രകടനം ഉണ്ടാകുന്നു. പ്രായം, ആരോഗ്യം, രോഗം എന്നിവ കണക്കാക്കി വേണം വ്യായാമം ചെയ്യുവാൻ.

നല്ല വ്യായാമങ്ങൾ പല തരമുണ്ട്.

സഹനവ്യായാമങ്ങൾ

ഇത് ഊർജ്ജം കൂട്ടി രക്തചംക്രമണം പ്രാഥമികമായി നന്നാക്കുന്നു. ഒരു മുതിർന്ന വ്യക്തിക്ക് 30 മിനിട്ട് വേഗനടത്തം (പൊലീസ് കവാത്ത് പോലെ) ആഴ്ചയിൽ അഞ്ചു ദിവസം മതി. അതായത് ആഴ്ചയിൽ 150 മിനിട്ട്. പിന്നെ, നൃത്തം, നീന്തൽ, സൈക്കിൾ സവാരി എന്നിവയും ഇതിനു പകരം മതിയാകും. അതിനു മുമ്പ് ഓടാത്തയാൾ പെട്ടെന്ന് അമ്പതാം വയസ്സിൽ ഏതാനും കിലോമീറ്റർ അമിതതാല്പര്യം കാണിച്ച് ഓടിക്കളയരുത്. അത് പ്രശ്നമുണ്ടാക്കും. സന്ധികളും എല്ലുകളും പേശി കളും പെട്ടെന്നുള്ള അമിതാവേശത്തിന് മെരുങ്ങുകയില്ല.

പ്രമേഹമുള്ളവർ നടക്കുമ്പോൾ പ്രത്യേകിച്ച് പാദങ്ങൾ കേടു വരു ത്താത്ത നല്ല പാദരക്ഷകൾ ഉപയോഗിച്ച് നടക്കണം. പാദത്തിന്റെ ഉപ്പൂറ്റി ആദ്യം ചവുട്ടി തല നേരെ ഉയർത്തി പിടിച്ച്, വിരലുകൾ ബലമായി ചുരുട്ടി പിടിക്കാതെ തളർത്തിയിട്ട് നടക്കണം. പത്തു മിനിറ്റു കൂടുമ്പോൾ വേഗത കൂട്ടാം. കിതപ്പ് തോന്നുമ്പോൾ വേണമെങ്കിൽ വേഗത കുറയ്ക്കാം. നടക്കുമ്പോൾ സുഹൃത്തുക്കളുമൊരുമിച്ച് നടക്കുന്നത് സാമൂഹ്യവല്ക്ക രണത്തിന് നല്ലതാണ്. പ്രഭാതസവാരിയാണ് നല്ലത്. അപകടമില്ലാത്ത നല്ല വഴികൾ തെരഞ്ഞെടുക്കണം. എപ്പോഴും ഒരേ വഴിയിൽ പോകു ന്നതാണ് നല്ലത്. പോക്കറ്റിൽ സെൽ ഫോൺ കരുതണം. നടത്തത്തി ന്റെയും ഓട്ടത്തിന്റെയും ഇടയ്ക്കുള്ള ജോഗ്ഗിങ് യുവാക്കൾക്കും കുട്ടി കൾക്കും നല്ലതാണ്. അറുപത് കഴിഞ്ഞവർ ഇത് ആരംഭിക്കരുത്.

പേശികളെ വളർത്തുന്ന വ്യായാമങ്ങൾ

സഹനവ്യായാമത്തിനു വിപരീതമായി ഇത് നിങ്ങളുടെ പേശികളെ വളർത്തുന്നതിനാൽ ഇത് യുവതീയുവാക്കൾക്കുള്ളതാണ്. ജിംനേഷ്യ ത്തിൽ അധികവും ഈ തരം വ്യായാമമാണ് ലഭിക്കുന്നത്.

കംപ്യൂട്ടർ ഉപയോഗിച്ച് ചെയ്യുന്ന വ്യായാമങ്ങൾ.

ഈ തരം കംപ്യൂട്ടറുകൾ നമ്മുടെ പ്രായം, ഉയരം, ഭാരം എന്നി വയും ബി എം ഐയും കണക്കാക്കി ഭാരം കുറയ്ക്കാനുള്ള വ്യായാമം തരുന്നു. അപ്രകാരം ഒരു ലക്ഷ്യംവെച്ച് ഭാരം കുറയുന്നുണ്ടോ എന്ന് നോക്കുന്നു. ഒരുമിച്ച് വ്യായാമം ചെയ്യാനും അത് പ്രോത്സാഹിപ്പിക്കാനും വ്യായാമത്തിനോടൊപ്പമുള്ള സംഗീതവും കൊടുത്ത് രസകരമായി ചെയ്യാനുമുള്ള സംവിധാനങ്ങൾ വ്യായാമത്തിലുണ്ട്. മുതിർന്നവർക്ക് ബാലൻസിങ് വ്യായാമം, യുവാക്കൾക്കും കുട്ടികൾക്കും പ്രത്യേകമായ കളികൾ എന്നിവയെല്ലാം അടങ്ങിയ രസകരമായ പലതും അതിന്റെ സോഫ്ട് വെയറിലുണ്ട്. ഇത് ടി വി മോണിറ്ററിൽ ഘടിപ്പിച്ച് അതിനു മുമ്പിൽ നിന്നാണ് ചെയ്യേണ്ടത്.

നീർത്തുകയും വളയ്ക്കുകയും ചെയ്യുന്നവ (Stretching exercises)

ഇത് ആർക്കും ചെയ്യാമെങ്കിലും പ്രായമായവരിൽ ഡോക്ടറുടെ ഉപ ദേശത്തിനു ശേഷം ചെയ്യുകയാണുചിതം.

ബാലൻസ് പരിശീലനം

ഇത് പ്രാഥമികമായും പ്രായമായവർക്കുള്ളതാണ്. അടി തെറ്റി വീഴൽ കുറയ്ക്കാനാണിത്. ബാലൻസ് പരിശീലിച്ചാൽ പ്രായമായവരുടെ താഴെ വീണുള്ള തുടയെല്ലുപൊട്ടൽ കുറയും. ആർക്കുവേണമെങ്കിലും ഇത് ചെയ്യാം. നടത്തത്തോടൊപ്പം പ്രായമായവർ പ്രത്യേകിച്ച് ബാലൻസിങ് പരിശീലനവും ചെയ്യണം.

കുട്ടികളുടെ വ്യായാമം

ജിംനാസ്റ്റിക്സും, നിവർത്തുകയും വളയ്ക്കുകയും കൂടുതലായി കുട്ടികൾ ചെയ്യണം. വ്യായാമങ്ങൾ അവർക്ക് ആഹ്ലാദം പകരുന്നതായി രിക്കണം. മുതിർന്നവരേക്കാൾ കൂടുതൽ സമയം വ്യായാമം കുട്ടികൾക്കാ വശ്യമുണ്ട്. ദിവസേന ഒരു മണിക്കൂറെങ്കിലും അവർ കളികളിലും വ്യായാമത്തിലും ഏർപ്പെടണം.

1. അത് കുട്ടികൾക്ക് സമ്മർദ്ദം കുറയ്ക്കും.
2. ആത്മവിശ്വാസം കൂട്ടും.
3. പഠിപ്പിനെ സഹായിക്കും.
4. തൂക്കം ശരിയായി നിലനിർത്തും.
5. അസ്ഥികളും, സന്ധികളും പേശികളും ഉറച്ചതായി വളരും.
6. രാത്രി നല്ല ഉറക്കമുണ്ടാകും.

ഇപ്പോൾ പൊതുവെ സംഭവിച്ചു കൊണ്ടിരിക്കുന്നത് കുട്ടികൾ ടി വി ക്കു മുന്നിൽ ധാരാളം സമയം ചെലവഴിച്ച്, വ്യായാമം ചെയ്യാതെ പെട്ടെന്ന് തടി വെക്കുന്ന നൂഡിൽസും മധുരങ്ങളും ആ ഇരുപ്പിൽ കഴിച്ച് ആരോഗ്യം നശിപ്പിക്കുകയാണ്. കുട്ടികളോടൊപ്പം വ്യായാമം ചെയ്യുന്നത് നല്ലതാണ്. അതവരുമായുള്ള ബന്ധം നന്നാക്കും. മത്സരക്കളികൾ അവ രിഷ്ടടപ്പെടും. നടത്തം, സൈക്കിൾ സവാരി, ഡാൻസ്, നീന്തൽ എന്നിവ നല്ലതാണ്.

57. സ്റ്റാറ്റിൻ മരുന്നുകളും അവയുടെ ചേരുവകളും ചെയ്യുന്ന പ്രയോജനങ്ങൾ

1. ഹൃദയാഘാതസാദ്ധ്യതകൾ കുറയ്ക്കുന്നു.
2. മസ്തിഷ്കാഘാതസാദ്ധ്യതകൾ കുറയ്ക്കുന്നു.
3. ലോ ഡെൻസിറ്റി ലൈപ്പോപ്രോട്ടീൻ കൊളസ്ട്രോൾ കുറയ്ക്കുന്നു. ഇപ്രകാരം 18 മുതൽ 55 ശതമാനംവരെ കുറയാറുണ്ട്.
4. ഹൈ ഡെൻസിറ്റി ലൈപ്പോപ്രോട്ടീൻ കൊളസ്ട്രോൾ കൂടുന്നു. ആദ്യത്തേക്കാൾ 5-15 ശതമാനം വരെ കൂടാറുണ്ട്. അപ്രകാരം അത്

63-69 വരെയാകാം. 60 ൽ കൂടുതലായാൽ നിങ്ങളുടെ ഹൃദയം നന്നായി സംരക്ഷിക്കപ്പെടുന്നു.

5. ട്രൈഗ്ലിസറൈഡുകൾ കുറയുന്നു. ഇത് 7-30 ശതമാനംവരെ കുറയാം. അതായത് 200ൽ നിന്ന് 186-140 വരെ ആകാം.

6. ഇതേ സമയം കരളിന്റെ പ്രവർത്തനം കൊല്ലത്തിലൊരിക്കലെങ്കിലും നോക്കിയിരിക്കണം.

58. സ്റ്റാറ്റിൻ മരുന്നുകൾ, അവയെപ്പറ്റി അറിയേണ്ട കാര്യങ്ങൾ

അവ ഏതെല്ലാം രോഗങ്ങൾക്കും അവസ്ഥകൾക്കും ആർക്കൊക്കെയുമാണ് കൊടുക്കാറുള്ളത്?

1. പ്രാഥമികമായി അതോടൊപ്പമുള്ള മറ്റു രോഗങ്ങളില്ലാത്ത, രക്തത്തിൽ കൊളസ്ട്രോൾ കൂടുതൽ മാത്രമുള്ളവർക്കാണ് ഉപയോഗിക്കുന്നത്. ഇവരാകട്ടെ കൂടുതൽ കൊഴുപ്പ് കഴിക്കുന്നവരും വ്യായാമമൊന്നും ചെയ്യാത്തവരുമായിരിക്കും.

2. പാരമ്പര്യമായി ജീൻമൂലം കരളിൽ കൂടുതൽ കൊളസ്ട്രോൾ ഉല്പാദിപ്പിക്കുന്നവർക്ക്.

3. നെഞ്ചുവേദനയും അല്ലെങ്കിൽ മുമ്പ് ഒരു ഹൃദയാഘാതമുണ്ടായ വർക്ക്.

4. മസ്തിഷ്കാഘാതം അല്ലെങ്കിൽ ലഘുവായ മസ്തിഷ്കാഘാതം ഉണ്ടായവർക്ക്.

5. കൈകാലുകളിലെ ധമനികളിൽ കൊളസ്ട്രോൾ മൂലമുള്ള പ്ലാക്കുകൾ ഉള്ളവർക്ക്.

6. പ്രമേഹം ഉണ്ടാവുകയോ അല്ലെങ്കിൽ നാല്പതു വയസ്സിനു ശേഷമോ.

7. പ്രമേഹവും അല്ലെങ്കിൽ കൂടെ രക്തസമ്മർദ്ദവും ഹൃദ്രോഗവുമുണ്ടെങ്കിൽ, ഒരു ബന്ധുവിന് 40 വയസ്സിൽ താഴെ ഹൃദ്രോഗം വന്ന ചരിത്രമുണ്ടെങ്കിൽ.

കരളാണ് കൊളസ്ട്രോൾ ഉല്പാദിപ്പിക്കുന്നത്. അധികവും രാത്രി സമയങ്ങളിലാണ് ഈ പ്രവർത്തനം നടക്കുന്നത്. അതുകൊണ്ടാണ് ഫ്ളൂവ സ്റ്റാറ്റിൻ, പ്രവസ്റ്റാറ്റിൻ, സിംവസ്റ്റാറ്റിൻ, സിംവ സ്റ്റാറ്റിൻ + എസറ്റിമൈബ് എന്നിവ രാത്രി കഴിക്കുവാൻ ഉപദേശിക്കുന്നത്. കരൾ അതിന്റെ പണി നടത്തുന്ന അവസരത്തിലാണ് ഈ മരുന്നുകളുടെ ആവശ്യം.

59. മരുന്നുകൾ

He felt about books as doctors feel about medicines, or managers about plays - cynical, but hopeful.-**Dame Rose Macaula**

അടോർവസ്റ്റാറ്റിൻ (കമ്പനി നാമം-ലിപിറ്റോർ)

 കൊളസ്ട്രോൾ: നിങ്ങൾക്ക് നിയന്ത്രിക്കാം
ഡോ. പി കെ സുകുമാരൻ

ഉപയോഗം

ഹൈപ്പർലിപ്പിഡീമിയ, ഡിസ് ലിപ്പിഡീമിയ, ഹൈപ്പർകൊ ളസ്ട്രെറൊളീമിയ, സിറ്റോസ്റ്റെറോളിമിയ എന്നിവയ്ക്കാണ് കൊടുക്കുന്ന ത്. ഈ നാലു തരത്തിലുള്ള ഈമിയ രാക്ഷസന്മാരുടെ പേരുകൾ കേട്ട് ഭയപ്പെടേണ്ട. അവയെല്ലാം ഓരോ തരത്തിലുള്ള കൊളസ്ട്രോൾ തക രാറുകളാണ്. കൂടുതൽ തല്ക്കാലം അറിഞ്ഞില്ലെങ്കിലും യാതൊരു കുഴ പ്പവും വരാനില്ല. അടോർവസ്റ്റാറ്റിൻ എന്ന മരുന്നിന്റെ രാസനാമത്തിനു പകരമായി മരുന്നുകമ്പനി അവരുടേതായ പേരിട്ടതാണ് ലിപ്പിറ്റോർ. ഇത്തരം പേരുകളാണ് പൊതുജനം ഉപയോഗിക്കുന്നത്. ഡോക്ടർമാർ ഇത് രണ്ടും അറിഞ്ഞിരിക്കണം.

ഈ മരുന്ന് ഹൃദയത്തിന്റെയും രക്തയോട്ടത്തെയും ആരോഗ്യകര മാക്കുന്നു. ഹാർട്ട് അറ്റാക്ക്, സ്ട്രോക് എന്നിവ ഉണ്ടായവർക്ക് വീണ്ടും വരാതിരിക്കാനും ഇത് ഉപയോഗപ്രദമാണ്. ഈ മരുന്ന് കഴിക്കുന്നവർ കൊഴുപ്പ് കുറഞ്ഞ ഭക്ഷണം കഴിക്കണം. ആദ്യത്തെ കുറച്ചു മാസങ്ങ ളിൽ പ്രത്യേകിച്ചും ഇതിന്റെ ഡോസ് നിങ്ങളുടെ ഡോക്ടർ വ്യത്യാസ പ്പെടുത്തിയേക്കാം. നിങ്ങളുടെ മരുന്ന് നിങ്ങൾക്ക് മാത്രമുള്ളതാണ്. മറ്റു ള്ളവർക്ക് കൊടുക്കാനുള്ളതല്ല.

ഈ മരുന്ന് പിടിക്കാത്തവർ.

ചില രോഗങ്ങളിലും വ്യക്തികളിലും ഈ മരുന്ന് പിടിക്കാതെ വരും. അത് ആരൊക്കെയാണ്?

1. ഗർഭിണികളോ ഗർഭിണിയാവാൻ സാദ്ധ്യതയുള്ളവരും.
2. എഴുപത് വയസ്സിൽ കൂടുതലുള്ളവർ.
3. സ്റ്റാറ്റിൻ മരുന്നുകളോടോ ഫൈബ്രേറ്റ് മരുന്നിനോടോ അലർജി ഉള്ളവർ.
4. മുല കൊടുക്കുന്ന അമ്മമാർ.
5. മദ്യം കൂടുതലായി കഴിക്കുന്നവർ.
6. പാലിനോട് അലർജി ഉള്ളവർ.
7. സ്ട്രോക് ഉണ്ടായവർ.
8. ലഘുവായി സ്ട്രോക് ഉണ്ടായവർ. ഇവർക്ക് ഈ മരുന്നുകൾ നിർദ്ദേ ശിക്കപ്പെടുന്നുണ്ട്. അതുകൊണ്ട് ഓരോരുത്തർക്കും വ്യക്തിപരമായി തീരുമാനിക്കേണ്ടി വരും.
9. തൈറോയ്ഡ് പ്രവർത്തനം കുറഞ്ഞവർ.
10. ശ്വാസകോശ പ്രവർത്തനം കുറഞ്ഞവർ.
11. പേശിപ്രവർത്തനം കുറഞ്ഞവർ.
12. വൃക്കപ്രവർത്തനം കുറഞ്ഞവർ.
13. കരൾ പ്രവർത്തനം കുറഞ്ഞവർ.
14. പേശിയിൽ റാബ്ഡോമയോലൈസിസ് എന്ന ഗുരുതരരോഗം വരാൻ സാദ്ധ്യതയുള്ളവർ.

15.   പത്തു വയസ്സിനു താഴെയുള്ള കുട്ടികൾ.

പ്രതിപ്രവർത്തനങ്ങൾ

മദ്യത്തിനോട് സാധാരണ പ്രതിപ്രവർത്തനമില്ല. പക്ഷേ, കൂടുതൽ ഉപയോഗം പ്രശ്നമുണ്ടാക്കും.

മുന്തിരി നീർ സ്റ്റാറ്റിൻ മരുന്നുകളുടെ രക്തത്തിലെ നിലവാരം ഉയർത്തും.

ചിലപ്പോൾ വണ്ടിയോടിക്കുന്നതിനെയോ യന്ത്രങ്ങൾ പ്രവർത്തിപ്പി ക്കുന്നതിനെയോ ബാധിക്കാം.

മരുന്നുകളുമായുള്ള ലെപ്പിറ്റോറിന്റെ പ്രതിപ്രവർത്തനം.

ഈ പറയുന്ന മരുന്നുകളുമായി പ്രതിപ്രവർത്തനമുണ്ട്.

1.   അലൂമിനിയം ഹൈഡ്രോക്സൈഡ്(aluminium hydroxide). ഇത് സാധാരണ ഗ്യാസ് പരാതി പറയുന്ന രോഗികൾ കഴിക്കുന്ന മരുന്നി ലുണ്ടാകും.

2.   അമിയോഡറോൺ(amiodarone).

3.   അമ്ലോഡിപ്പിൻ(amlodipine). ഇത് സാധാരണ രക്തസമ്മർദ്ദത്തിന് കഴിക്കുന്നതാണ്.

4.   അറ്റസാനവീർ(atazanavir). വൈറസ് മരുന്ന്.

5.   സൈക്ളോസ്പോറിൻ(cyclosporine) എന്ന ആന്റിബയോട്ടിക്.

6.   സിമടിഡീൻ(cimetidine) എന്ന ഗ്യാസ് മരുന്ന്.

7.   ക്ളാരിത്രോമൈസീൻ (clarithromycin)എന്ന ആന്റിബയോട്ടിക്.

8.   കോളിസ്റ്റിപോൾ(colestipol).

9.   ഡാരുണാവീർ(darunavir).

10.   ഡിലാവിർദീൻ(delavirdine).

11.   ഡിജോക്സീൻ(digoxin) എന്ന ഹാർട്ട് ഫെയിലിനുള്ള മരുന്ന്.

12.   ഡിൽഷ്യൂസെം(diltiazem) എന്ന രക്തസമ്മർദ്ദ മരുന്ന്.

13.   ഇഫാവിരെൻസ്(efavirenz).

14.   എരിത്രോമൈസിൻ(erythromycin) എന്ന ആന്റിബയോട്ടിക്

15.   എത്തിനിൽ ഈസ്ട്രാഡയോൾ (ethynyl oestradiol) എന്ന സ്റ്റെറോയ്ഡ് ഹോർമോൺ

16.   എസറ്റിമൈബ് (ezetimibe) എന്ന സ്റ്റാറ്റിൻ മരുന്ന്.

17.   ഫിനോഫൈബ്രേറ്റ്(phenofibrate)എന്ന സ്റ്റാറ്റിൻ മരുന്ന്.

18.   ഫ്ളുക്കണോസോൾ(flucanozol).

19.   ഫൊസാംപ്രിനാവിർ(fosamprenavir).

20.   ഫ്യൂസിഡിക് ആസിഡ്(fusidic acid).

21.   ജെംഫിബ്രോസിൽ(jemfibrocil).

22.   ഇന്തിനാവിർ(indinavir).

23.   ഇട്രാകോണോസോൾ (itraconazole) എന്ന ഫംഗസ് മരുന്ന്.

24. കീറ്റാകോണാസോൾ(ketaconozole).
25. ലോപിനാവിർ(lopinavir).
26. മെഗ്നീഷ്യം ബൈഡ്രോക്സൈഡ്(magnesium bidioxide).
27. നെൽഫിനാവിർ(nelfinavir).
28. നിക്കോടിനിക് ആസിഡ്(nicotinic acid) എന്ന കൊളസ്ട്രോൾ കുറയ്ക്കുന്ന വിറ്റാമിൻ.
29. നോർതിൻഡ്രോൺ(norethindrone).
30. ഫിനാസോൺ(phenazone).
31. പൊസാകെണാസോൾ(posaconazole).
32. റിഫാംബിസിൻ(rifambicin) എന്ന ആന്റിബയോട്ടിക്.
33. റിട്ടൊനാവിർ(retonavir).
34. സാക്യുനാവിർ(saquinavir).
35. സ്റ്റിരിപൈൻടോൾ(stiripentol).
36. ടെലിത്രോമൈസിൻ(telithromycin).
37. ടിപ്രനാവിർ(tipranavir).
38. വിരപ്പാമിൽ(verapamil).
39. വോരികോണാസോൾ(voriconazole).
40. വാർഫാരിൻ(warfarin) എന്ന രക്തം കട്ടയാകാതിരിക്കാനുള്ള മരുന്ന്.

ഈ വലിയ പട്ടിക കണ്ട് ഒട്ടും ഭയപ്പെടാനില്ല. ഈ മരുന്ന് പ്രായേണ സുരക്ഷിതമായ ഒന്നാണ്. പൂർണ്ണതയ്ക്കു വേണ്ടി എല്ലാം എഴുതിയ താണ്. പല പാർശ്വഫലങ്ങളും പ്രതിപ്രവർത്തനവും നേരിയ ശതമാനം പേരിലേ ഉണ്ടാവുകയയുള്ളൂ. പക്ഷേ, ഇവ ഓർമ്മയിൽവെക്കണമെന്ന് മാത്രം.

60. ഒലീവ് എണ്ണയിൽ കൊഴുപ്പ് കൂടുതലാണ്. എന്നിട്ടും അത് ശുപാർശ ചെയ്യപ്പെടുന്നു

1. മുൻ അദ്ധ്യായങ്ങളിൽ പ്രസ്താവിച്ചപോലെ മുഫ എന്ന മോണോ അൺസാച്ചുറേറ്റഡ് കൊഴുപ്പാണ് ഒലീവ് എണ്ണയിൽ ഉള്ളത്. ഇത് ആരോഗ്യകരമായ എണ്ണയാണ്. സാച്ചുറേറ്റഡ് കൊഴുപ്പിനും ട്രാൻസ് കൊഴുപ്പിനും പകരം മുഫയും പുഫയും (പോളി അസാ ച്ചുറേറ്റഡ് ഫാറ്റ്) ആണ് വേണ്ടത്. ജൈവരാസപരമായി നോക്കു മ്പോൾ മോണോ അൺസാച്ചുറേറ്റഡ് കൊഴുപ്പുകളിൽ ഫാറ്റി ആസിഡ് ചങ്ങലയിൽ ഇരട്ട ബോണ്ടുകൾ കാണാം. എന്നാൽ പോളി അൺസാച്ചുറേറ്റഡ് കൊഴുപ്പിൽ ഒന്നിൽ കൂടുതൽ ഇരട്ട ബോ ണ്ടുകൾ കാണാം. പോളി അൺസാച്ചുറേറ്റഡ് കൊഴുപ്പുകൾ ഇൻസുലിൻ പ്രതിരോധത്തെ തടയുന്നതിനാൽ പ്രമേഹത്തിനും നല്ലതാണ്. സാച്ചുറേറ്റഡ് കൊഴുപ്പുകളാകട്ടെ ഇൻസുലിൻ പ്രവർ

ത്തനത്തെ തടയുന്നുമുണ്ട്.

2. അൺസാച്ചുറേറ്റഡ് കൊഴുപ്പുകളാകട്ടെ ലോ ഡെൻസിറ്റി ലൈപ്പോ പ്രോട്ടീൻ കൊളസ്ട്രോൾ കുറയ്ക്കുകയും, ഹൈ ഡെൻസിറ്റി ലൈപ്പോപ്രോട്ടീൻ കൊളസ്ട്രോൾ കൂട്ടുകയും ചെയ്യുന്നുണ്ട്.

3. അപ്രകാരം മുഫയും പുഫയും ഹൃദ്രോഗസാധ്യത കുറയ്ക്കുന്നു. മുഫ ആകെയുള്ള കൊളസ്ട്രോൾ, ഡെൻസിറ്റി ലൈപ്പോപ്രോട്ടീൻ കൊളസ്ട്രോൾ എന്നിവ കുറയ്ക്കുന്നു. രക്തം കട്ടയാകുന്നതിനെ നേരെയാക്കുന്നു, ഇൻസുലിൻ നിലവാരം നേരെയാക്കി രക്ത ഗ്ലൂക്കോസ് നിയന്ത്രിക്കുന്നു. ടൈപ്പ് 2 പ്രമേഹം ഉള്ളവർക്ക് ഇത് നല്ലതാണ്.

4. പക്ഷേ, അൺസാച്ചുറേറ്റഡ് കൊഴുപ്പാകാമെങ്കിലും അത് കലോറി യായതിനാൽ തടി കൂടാതിരിക്കാൻ ആവശ്യത്തിനുമാത്രമേ ആകാവൂ. വെണ്ണ, മാർഗ്ഗരീൻ എന്നിവയ്ക്കുപകരം ഒലീവ് എണ്ണ യാകാം. എന്താണിതിന്റെ പ്രധാന സന്ദേശം എന്നു നോക്കാം. ഒലീവ് എണ്ണ തുറന്നതിനു ആറു മാസത്തിനകം ഉപയോഗിച്ചിരിക്കണം. അല്ലെങ്കിൽ അതിലെ പോഷകങ്ങളും മറ്റും ക്ഷയിക്കുകയും സ്വാദ് നഷ്ടപ്പെടുകയും ചെയ്യും.

61. കുട്ടികളിൽ കാണുന്ന ഉയർന്ന കൊളസ്ട്രോൾ

ഇതൊരു തർക്ക വിഷയമാണ്. കുട്ടികളിൽ ഇതിനെപ്പറ്റിയുള്ള പഠന ഗവേഷണങ്ങൾ അടുത്തകാലത്ത് മാത്രമേ ആരംഭിച്ചിട്ടുള്ളൂ. മാത്രമല്ല നിയസിൻ പോലുള്ള മരുന്നുകളുടെയും സ്റ്റാറ്റിനുകളുടെയും സുരക്ഷ തർക്കവിഷയമാണ്. രണ്ടു വയസ്സു മുതൽ പന്ത്രണ്ടു വയസ്സു വരെയുള്ള കുട്ടികളിൽ ഭക്ഷണവും വ്യായാമവുമാണ് കൂടുതൽ ഉപദേശിക്കപ്പെ ടുന്നത്. മുതിരുമ്പോൾ പ്രശ്നമുണ്ടാകാം എന്ന നിഗമനത്തിൽ എട്ടു വയസ്സിനു മുകളിലുള്ള ലോ ഡെൻസിറ്റി ലൈപ്പോപ്രോട്ടീൻ കൊളസ്ട്രോൾ കൂടുതലുള്ള കുട്ടികൾക്ക് സ്റ്റാറ്റിൻ കൊടുക്കാൻ അമേ രിക്കൻ പീഡിയാട്രിക് അസോസിയേഷൻ ശുപാർശ ചെയ്യുന്നു.

മുഖ്യമായ കാര്യം ഓരോ കുട്ടിയുടെയും കാര്യത്തിൽ വ്യക്തി പരമായ തീരുമാനം എടുക്കണം എന്നുള്ളതാണ്.

62. ഏറ്റവും സാധാരണ ഉപയോഗിക്കുന്ന സ്റ്റാറ്റിനുകൾ

1. അടോർവ സ്റ്റാറ്റിൻ (atorvastatin, ലിപിടോർ).
2. ഫ്ലുവ സ്റ്റാറ്റിൻ (fluvastatin. ലെസ്കോൾ).
3. ലോവ സ്റ്റാറ്റിൻ (lovastatin മെവാകൊർ).
4. പ്രവസ്റ്റാറ്റിൻ (pravastatin, പ്രവകൊൾ).
5. റോസുവസ്റ്റാറ്റിൻ (rosuvastatin, ക്രെസ്റ്റോർ).
6. സിംവസ്റ്റാറ്റിൻ (simvastatin, സോകോർ).

7. പിറ്റവ സ്റ്റാറ്റിൻ (pitavastatin,ലിവാലൊ)

സ്റ്റാറ്റിനുകളുടെ ഒപ്പം കഴിക്കുന്ന മരുന്നുകളും വിറ്റാമിനുകളും.

ഇവ ഈ മരുന്നുകളുമായി പ്രതിപ്രവർത്തിക്കുകയും പാർശ്വ ഫലങ്ങൾ കൂട്ടുകയും ചെയ്തേക്കാം. വിറ്റാമിൻ മുതലായവ കഴിക്കു ന്നെങ്കിൽപ്പോലും ഡോക്ടറോട് അതേപ്പറ്റി പറയുകയും ചർച്ച ചെയ്യു കയും വേണം. ഇവ കഴിക്കുമ്പോൾ ഏതെങ്കിലും അസാധാരണ ലക്ഷ ണങ്ങൾ കാണുകയാണെങ്കിൽ ഉടനെ ചികിത്സിക്കുന്ന ഡോക്ടറോട് തീർച്ചയായും പറഞ്ഞിരിക്കണം.

63. കൊളസ്ട്രോൾ കൂടാൻ സാദ്ധ്യതയുള്ള അവസ്ഥകളും രോഗ ങ്ങളും

1. അമിതഭാരം.
ഇതിൽ ട്രൈഗ്ലിസറൈഡുകൾ, ഹൈ ഡെൻസിറ്റി ലൈപ്പോപ്രോട്ടീൻ കൊളസ്ട്രോൾ എന്നിവ കൂടുന്നു.

2. വ്യായാമക്കുറവ്.
ഹൈ ഡെൻസിറ്റി ലൈപ്പോപ്രോട്ടീൻ കൊളസ്ട്രോൾ കുറയുന്നു.

3. പ്രമേഹം.
ആകെ കൊളസ്ട്രോൾ, ട്രൈഗ്ലിസറൈഡുകൾ എന്നിവ കൂടുന്നു.

4. മദ്യപാനം.
ആകെ കൊളസ്ട്രോൾ, ട്രൈഗ്ലിസറൈഡുകൾ എന്നിവ കൂടുന്നു.

5. നെഫ്രോട്ടിക് സിൻഡ്രോം (nephrotic syndrome)
ആകെ കൊളസ്ട്രോൾ കൂടുന്നു

6. ക്രോണിക് റിനൽ ഇൻസഫിഷ്യൻസി (chronic renal insuffi-
ciency).
ആകെ കൊളസ്ട്രോൾ, ട്രൈഗ്ലിസറൈഡുകൾ എന്നിവ കൂടുന്നു.

7. ഒബ്സ്ട്രക്ടീവ് (obstructive) കരൾ രോഗം.
ആകെ കൊളസ്ട്രോൾ കൂടുന്നു.

8. അർബ്ബുദം.
ആകെ കൊളസ്ട്രോൾ കുറയുന്നു.

9. കുഷിങ് രോഗം (Cushing`s syndrome).
ആകെ കൊളസ്ട്രോൾ കൂടുന്നു.

10. ഗർഭനിരോധന ഗുളികകൾ.
കൊളസ്ട്രോൾ, ട്രൈഗ്ലിസറൈഡുകൾ എന്നിവ കൂടുന്നു.

11. ഡൈയൂറട്ടിക് (diuretic) മരുന്നുകൾ.
കൊളസ്ട്രോൾ, ട്രൈഗ്ലിസറൈഡുകൾ എന്നിവ കൂടുന്നു.

12. ബീറ്റ ബ്ലോക്കർ (beta blocker).
ലോ ഡെൻസിറ്റി ലൈപ്പോപ്രോട്ടീൻ കൊളസ്ട്രോൾ കൂടുന്നു, ഹൈ ഡെൻസിറ്റി ലൈപ്പോപ്രോട്ടീൻ കൊളസ്ട്രോൾ കുറയുന്നു.

13. ഹൈപ്പോതൈറോയ്ഡിസം (hypothyroidism) എന്ന തൈറോയ്ഡ്
    പ്രവർത്തനം കുറയൽ.
    ആകെ കൊളസ്ട്രോൾ കൂടുന്നു.

14. ഹൈപ്പർതൈറോയ്ഡിസം (hyperthyroidism) എന്ന തൈറോയ്ഡ്
    പ്രവർത്തനം കൂടുന്ന അവസ്ഥ.
    അപ്പോൾ ആകെ കൊളസ്ട്രോൾ കുറയുന്നു.

15. ഫെമിലിയൽ ഹൈപ്പർകൊളസ്ട്രേളീമിയ (familial hypercholester-
    olaemia).
    കോശ ഉപരിതലത്തിൽ ലോ ഡെൻസിറ്റി ലൈപ്പോപ്രോട്ടീനുള്ള
    റസ്പ്ടേഴ്സ് ജന്മനാ ഇല്ലാത്ത രോഗമാണിത്. അതുകൊണ്ട് ലോ
    ഡെൻസിറ്റി ലൈപ്പോപ്രോട്ടീൻ ചയാപചയം ചെയ്യപ്പെടുന്നില്ല.
    ഫലം, ലോ ഡെൻസിറ്റി ലൈപ്പോപ്രോട്ടീൻ കൊളസ്ട്രോൾ വളരെ
    കൂടുന്നു. കുട്ടിക്കാലത്ത് തന്നെ അഥിരോമ മൂലമുള്ള രോഗങ്ങൾ
    വരുന്നു.

16. ഫെമിലിയൽ ഹൈപ്പർകൈലോമൈക്രോണീമിയ (familial
    hyperchylomicronimia)
    ലൈപ്പോപ്രോട്ടീൻ ലൈപ്പേസ് ജന്മനാ ഇല്ലാത്ത രോഗമാണിത്.
    ഇതുമൂലം കോശജാലങ്ങൾക്ക് കൈലോമൈക്രോണിൽനിന്നും
    വെരി ലോ ഡെൻസിറ്റി ലൈപ്പോപ്രോട്ടീനിൽ നിന്നും ട്രൈഗ്ലിസ
    റൈഡുകൾ എടുത്ത് ഊർജ്ജം ഉല്പാദിപ്പിക്കുവാൻ കഴിയുകയില്ല.
    ഇതുമൂലം ട്രൈഗ്ലിസറൈഡുകൾ കൂടുന്നതു കൊണ്ടുള്ള പാൻക്രി
    യാറ്റെറ്റിസ് എന്ന ഗുരുതരരോഗം ഇടയ്ക്കിടെ വരുന്നു. കരളിലും
    പ്ലീഹയിലും വിങ്ങൽ ഈ രോഗികളിൽ കുട്ടിക്കാലത്തുതന്നെ കാണ
    പ്പെടുന്നു.

17. ഡിസ്ബീറ്റലൈപ്പോപ്രോട്ടിനീമിയ (dysbetalipoproteinimia).
    പല തരം അപ്പോപ്രോട്ടീനുകളുടെ തകരാറാണിവിടെ സംഭവിക്കു
    ന്നത്. ഇതിൽ ലൈപ്പോപ്രോട്ടീൻ കൊളസ്ട്രോൾ, വെരി ലോ ഡെൻ
    സിറ്റി ലൈപ്പോപ്രോട്ടീൻ കൊളസ്ട്രോൾ എന്നിവ വളരെ കൂടുതൽ
    കാണുന്നു.

64. ഉയർന്ന ലിപ്പിഡ് നിലവാരത്തിനുള്ള മരുന്നു ചികിത്സകൾ

1. ഉയർന്ന ലോ ഡെൻസിറ്റി ലൈപ്പോപ്രോട്ടീൻ കൊളസ്ട്രോൾ,
   ഉയർന്ന ആകെ കൊളസ്ട്രോൾ, ഉയർന്ന ട്രൈഗ്ലിസറൈഡുകൾ.
   ആദ്യമായി ഫൈബ്രേറ്റുകൾ കഴിക്കുക. ഫലിക്കാതെ വന്നാൽ
   സ്റ്റാറ്റിനുകൾ കഴിക്കണം.

2. ഉയർന്ന ലോ ഡെൻസിറ്റി ലൈപ്പോപ്രോട്ടീൻ കൊളസ്ട്രോൾ,
   ഉയർന്ന അല്ലെങ്കിൽ സാധാരണ ആകെ കൊളസ്ട്രോൾ.

ആദ്യം സ്റ്റാറ്റിൻ കഴിക്കണം പിന്നീട് ഫൈബ്രേറ്റുകൾ ആണ് കഴിക്കേണ്ടത്.

3. താഴ്ന്ന ഹൈ ഡെൻസിറ്റി ലൈപ്പോപ്രോട്ടീൻ കൊളസ്ട്രോൾ, ഉയർന്ന അല്ലെങ്കിൽ സാധാരണ ആകെ കൊളസ്ട്രോൾ.
   ആദ്യമായി ഫൈബ്രേറ്റുകൾ കഴിക്കണം. അത് ഫലിക്കാതെ വന്നാൽ സ്റ്റാറ്റിനുകൾ കഴിക്കണം.

4. ഉയർന്ന ട്രൈഗ്ലിസറൈഡുകൾ, ഉയർന്നതോ സാധാരണമോ ആയ ലോ ഡെൻസിറ്റി ലൈപ്പോപ്രോട്ടീൻ കൊളസ്ട്രോൾ.
   ആദ്യം ഫൈബ്രേറ്റുകൾ, അത് ഫലിക്കാതെ വന്നാൽ ഒമേഗ-3 ഫാറ്റി ആസിഡുകൾ കഴിക്കണം.

5. ഉയർന്ന ലോ ഡെൻസിറ്റി ലൈപ്പോപ്രോട്ടീൻ കൊളസ്ട്രോൾ.
   ഈ ചികിത്സയ്ക്ക് സ്റ്റാറ്റിൻ ഉപയോഗിക്കുമ്പോൾ 24-75% വരെ കുറ വുണ്ടാകാറുണ്ട്.

6. പ്രവാസ്റ്റാറ്റിൻ, സിംവാസ്റ്റാറ്റിൻ എന്നിവയ്ക്ക് വ്യക്തമായ മരണനി രക്ക് കുറയ്ക്കാനുള്ള കഴിവുണ്ട്.

7. ഫൈബ്രേറ്റുകൾക്ക് ട്രൈഗ്ലിസറൈഡുകൾ 30-40% ശതമാനം കുറ യ്ക്കുവാനും, ഹൈ ഡെൻസിറ്റി ലൈപ്പോപ്രോട്ടീൻ കൊളസ്ട്രോൾ 10-20% കൂട്ടുവാനും കഴിയും.

8. ഫിനോഫൈബ്രേറ്റിന് പ്രമേഹരോഗികളിൽ അഥിരോമ കുറയ്ക്കു വാനുള്ള കഴിവുണ്ട്.

9. ഒമേഗ-3 ഫാറ്റി ആസിഡിന് 29% ഹാർട്ട് അറ്റാക്കും സ്ട്രോക്കും കുറയ്ക്കുവാനുള്ള കഴിവുണ്ട്.

10. ട്രൈഗ്ലിസറൈഡുകൾ കൂടിയാൽ അപകടകരമായ അക്യൂട്ട് പാൻക്രി യറ്റൈറ്റിസ് വരാം.
    മദ്യപാനികളിൽ മദ്യപാനത്തിനുശേഷം കൊഴുപ്പേറിയ വയറു നിറയെയുള്ള ഭക്ഷണത്തിനുശേഷം ഇതുണ്ടാകാറുണ്ട്.

11. എസെറ്റിമൈബ് കുടലിൽനിന്ന് കൊളസ്ട്രോൾ വലിച്ചെടുക്കുന്നത് തടയുന്നു. ഈ മരുന്ന് സ്റ്റാറ്റിനുകളുടെകൂടെ പ്രവർത്തിച്ച് കൊളസ്ട്രോൾ കുറയ്ക്കുവാൻ സഹായിക്കുന്നു.

65. കൊളസ്ട്രോൾ കൂടിയാൽ പ്രത്യേകം ഓർക്കാനുള്ള കാര്യങ്ങൾ

1. നിങ്ങളുടെ ജീവിതശൈലി മാറ്റി, ഭക്ഷണം കുറച്ച്, സാച്ചുറേറ്റഡ് കൊഴുപ്പ് കുറച്ച്, തടികുറച്ച്, വ്യായാമം ചെയ്ത്, പുകവലി നിർത്തി നിങ്ങൾക്ക് കൊളസ്ട്രോൾ കുറയ്ക്കാം.

2. പലപ്പോഴും കൊളസ്ട്രോൾ കൂടുന്നതിനു ധാരാളം പേർക്കും മാറ്റാൻ കഴിയാത്ത നിങ്ങളുടെ ജീനുകളാകാം. അതായത് നിങ്ങ ളുടെ പാരമ്പര്യം. ഇവിടെ ജീവിതശൈലി മാറ്റിയതുകൊണ്ടുമാത്രം നിങ്ങൾക്ക് രക്ഷ പോരാ. സ്റ്റാറ്റിൻ മരുന്നുകൾ, ചിലപ്പോൾ ഒന്നോ

രണ്ടോ കഴിക്കേണ്ടി വരും. അതോടൊപ്പം ജീവിതശൈലി മാറ്റുകയും വേണം.

3. നിങ്ങൾക്ക് കൊറോണറി ധമനി രോഗമുണ്ടെന്ന് വെക്കുക. അതോ ടൊപ്പം പ്രമേഹവും രക്തസമ്മർദ്ദവും ഉണ്ടെന്നും കരുതുക. നിങ്ങൾ ഒട്ടും സംശയിക്കേണ്ട. ജീവിതശൈലി മാറ്റത്തോടൊപ്പം സ്റ്റാറ്റിൻ മരുന്നുകളും കഴിക്കണം.

4. സ്റ്റാറ്റിൻ മരുന്നുകൾ ലോ ഡെൻസിറ്റി ലൈപ്പോപ്രോട്ടീൻ കൊള സ്ട്രോൾ കുറയ്ക്കുകയും ഹൈ ഡെൻസിറ്റി ലൈപ്പോപ്രോട്ടീൻ കൊളസ്ട്രോൾ കൂട്ടുകയും ചെയ്യും.

5. സ്റ്റാറ്റിൻ മരുന്നുകൾ ഹാർട്ട് അറ്റാക്കും സ്ട്രോക്കും കുറയ്ക്കും.

6. സ്റ്റാറ്റിൻ മരുന്നുകൾക്ക് പാർശ്വഫലങ്ങൾ കുറവാണ്. പേശിവേദന, ക്ഷീണം, വയറ്റിലെ ചെറിയ അസുഖം എന്നിവ ഡോസ് കൂടുമ്പോ ഴാണ് ഉണ്ടാവുന്നത്. ഭൂരിഭാഗം പേരിലും ഇത്തരം പാർശ്വഫലങ്ങൾ കാണാറില്ല.

7. സ്റ്റാറ്റിൻ മരുന്നുകളോടൊപ്പം നിങ്ങളുടെ പിന്നീടുള്ള ജീവിതകാല മത്രയും നിങ്ങൾ ജീവിതശൈലി മാറ്റി ജീവിക്കണം.

66. കൊളസ്ട്രോൾ കുറയ്ക്കുന്ന മറ്റു സ്റ്റാറ്റിനുകളും ഫൈബ്രേറ്റു മരുന്നുകളും

കൊളസ്ട്രോൾ കുറയ്ക്കുന്ന മരുന്നുകൾ ആദ്യപ്രതിരോധമായി കൊറോണറി രോഗം വരാതെ നോക്കുക എന്ന കർത്തവ്യം നിർവ്വഹി ക്കുന്നു. ഒരിക്കൽ അത് വന്നു കഴിഞ്ഞാൽ പിന്നെ അതുമൂലമുള്ള മരണ ത്തിൽനിന്ന് രക്ഷനേടാനുള്ള രണ്ടാം പ്രതിരോധവും ഇതിലൂടെയാണ്.

ഏതൊക്കെയാണ് കൊളസ്ട്രോൾ മരുന്നുകൾ എന്ന് നോക്കാം. സാധാരണ ജീവിതശൈലി മാറ്റംകൊണ്ട് ഉദ്ദേശിക്കുന്ന ഫലം ഉണ്ടാകു നില്ലെങ്കിൽ മരുന്നുകളെ ആശ്രയിക്കേണ്ടി വരും. ലോ ഡെൻസിറ്റി ലൈപ്പോപ്രോട്ടീൻ കൊളസ്ട്രോൾ കൂടുതലുള്ളവർക്ക് കൊളസ്ട്രോൾ മരുന്നുകളോടൊപ്പം തന്നെ ആസ്പിരിൻ 81-325 മില്ലിഗ്രാം/ഡെസിലിറ്റർ കൊടുത്തിരിക്കണം. അമ്ലാധിക്യമുള്ളവർ, വയറ്റിൽ പുണ്ണുള്ളവർ, ആസ്പിരിൻ അലർജിയുള്ളവർ, രക്തവാർച്ച സാദ്ധ്യതയുള്ളവർ എന്നി വർക്ക് ആസ്പിരിനുപകരം രക്തം കട്ട പിടിക്കാതിരിക്കാനുള്ള വേറെ മരുന്നുകൾ വേണ്ടി വരും. മരുന്നുകൾ തിരഞ്ഞെടുക്കുമ്പോൾ അതിന്റെ സുരക്ഷിതത്വം, ഫലപ്രാപ്തി, വില എന്നിവ കണക്കിലെടുക്കണം. ലോ ഡെൻസിറ്റി ലൈപ്പോപ്രോട്ടീൻ കൊളസ്ട്രോൾ എത്രമാത്രം കുറയുന്നു എന്നാണ് പ്രധാനമായും ശ്രദ്ധിക്കേണ്ടത്. ഹൈ ഡെൻസിറ്റി ലൈപ്പോ പ്രോട്ടീൻ കൊളസ്ട്രോൾ കൂടുന്നതിനുവേണ്ടി മാത്രമായി മരുന്നുകൾ കൊടുക്കാറില്ല.

1. നിയസിൻ എന്ന വിറ്റാമിൻ

ഇതാണ് ആദ്യമായി മരണനിരക്ക് കുറയ്ക്കുന്ന കൊളസ്ട്രോൾ കുറയ്ക്കുന്ന മരുന്നായി പ്രചാരത്തിലായത്. ഇത് വെരി ലോ ഡെൻസിറ്റി ലൈപ്പോപ്രൊട്ടീൻ കൊളസ്ട്രോൾ കുറയ്ക്കുന്നു. അതുമൂലം ലോ ഡെൻസിറ്റി ലൈപ്പോപ്രൊട്ടീൻ കൊളസ്ട്രോൾ കുറയുന്നു. കാരണം വെരി ലോ ഡെൻസിറ്റി ലൈപ്പോപ്രൊട്ടീൻ കൊളസ്ട്രോളിൽ നിന്നാണ് ലോ ഡെൻസിറ്റി ലൈപ്പോപ്രൊട്ടീൻ കൊളസ്ട്രോൾ ഉണ്ടാകുന്നത്. ഇതിന് ഉയർന്ന ഡോസിൽ പാർശ്വഫലങ്ങളായ ചൂട് വരൽ, ചൊറിച്ചിൽ എന്നിവ ഉണ്ടാക്കുന്നു എന്ന പോരായ്മയുണ്ട്.

2. പിത്തനീരിനോട് ചേർന്ന് പ്രവർത്തിക്കുന്നവ

കോളിസ്റ്റിയറമിൻ, കോളിസ്റ്റിപോൾ എന്നിവയാണിവ. ഇതിന്റെ ഉപയോഗംകൊണ്ട് 20% പേരിൽ ഹൃദ്രോഗം ഒഴിവാക്കാനാകുമെന്ന് പഠനങ്ങൾ തെളിയിക്കുന്നുണ്ട്. കുടലിലെ ബ്രഷ് ബോർഡറിൽ പിത്തനീരുമായി ഈ മരുന്ന് കൂടിച്ചേരുന്നു. അപ്രകാരം കുടൽ-കരൾ ബന്ധ രക്തസർക്കുലേഷൻ കുറയുന്നു. തൽഫലമായി കരൾ കൂടുതൽ പിത്ത നീർ ഉല്പാദിപ്പിക്കുന്നു. അപ്രകാരം കരളിലെ കൊളസ്ട്രോൾ കൂടുതൽ ഉപയോഗിച്ചു ചെലവാക്കുന്നു. അതോടെ കരളിലെ ലോ ഡെൻസിറ്റി ലൈപ്പോപ്രൊട്ടീൻ കൊളസ്ട്രോൾ റസപ്ടേഴ്സ് (low density lipoprotein cholesterol receptors)എണ്ണം കൂടുന്നു. ഇത് ലോ ഡെൻസിറ്റി ലൈപ്പോപ്രൊട്ടീൻ കൊളസ്ട്രോൾ വിഴുങ്ങുന്നു. ഇപ്രകാരം ലോ ഡെൻസിറ്റി ലൈപ്പോപ്രൊട്ടീൻ കൊളസ്ട്രോൾ കുറയുന്നു. ഇത് ട്രൈഗ്ലി സറൈഡുകൾ കൂടുതലുള്ളവർക്ക് ഫലപ്രദമല്ലെന്ന ഒരു ദോഷമുണ്ട്, പ്രത്യേകിച്ച് 500 മില്ലിഗ്രാം/ഡെസിലിറ്ററിൽ കൂടുതലായാൽ. ഇത് ഹൈ ഡെൻസിറ്റി ലൈപ്പോപ്രൊട്ടീൻ കൊളസ്ട്രോൾ കുറച്ച് കൂട്ടുന്നുണ്ട്. കുടലിൽ പ്രവർത്തിക്കുന്നതാകയാൽ വയറിലെ ഗ്യാസ്, മലബന്ധം എന്നിവ ഉണ്ടാക്കാം. കൊഴുപ്പിൽ അലിയുന്ന വിറ്റാമിനുകളായ എ, ഡി, ഇ, കെ എന്നിവയുടെ വലിച്ചെടുക്കൽ കുറയുന്നതിനാൽ അതിന്റെ പോരായ്മ ഉണ്ടാകാം. ഇത് വാർഫാറിൻ എന്ന രക്തം കട്ട പിടിക്കാതിരിക്കാനുള്ള മരുന്നു കഴിക്കുന്നവർക്ക് പ്രശ്നമുണ്ടാകാം.

3. എച്ച് എം ജി കൊ എൻസൈം റിഡക്ടേസ് ഇൻഹിബിറ്റേഴ്സ് അടോർവസ്റ്റാറ്റിൻ അടങ്ങുന്ന ഈ മരുന്നു കുടുംബത്തെപ്പറ്റി മുൻ അദ്ധ്യായങ്ങളിൽ പറഞ്ഞുവല്ലോ.

4. ഫൈബ്രേറ്റുകൾ (fibrates)
ഈ മരുന്നുകൾ [illegible] പഠനങ്ങൾ കാണിക്കുന്നതിനാൽ ഉപയോഗിക്കാറില്ല.

5. പ്രോബുകോൾ(probucol).

ഇതിന്റെ ദീർഘകാലസുരക്ഷിതത്വം നിർണ്ണയിക്കപ്പെട്ടിട്ടില്ല. ഇത് ധമനികളിൽ ലോ ഡെൻസിറ്റി ലൈപ്പോപ്രോട്ടീൻ കൊളസ്ട്രോൾ പറ്റിപ്പിടിക്കുന്നത് കുറയ്ക്കുന്നു. അപ്രകാരം ക്സാന്തോമ എന്ന അവസ്ഥ കുറയ്ക്കുന്നു. ഇത്തരം ജന്മനാ തകരാറുകൾ മാത്രമായി ഉപയോഗിച്ചേക്കാം.

അടോർവ സ്റ്റാറ്റിനെപ്പറ്റി വിശദമായി നാം വായിച്ചു. ഇനി മറ്റു സ്റ്റാറ്റിനുകളെയും ഫൈബ്രേറ്റുകളെയും പറ്റി അത്യാവശ്യകാര്യങ്ങൾ അറിയാൻ ശ്രമിക്കാം. ഏതു പ്രത്യേക പ്രവർത്തനംമൂലമാണ് ഈ സ്റ്റാറ്റിൻ മരുന്നുകൊണ്ട് ഫലമുണ്ടാകുന്നതെന്ന് ചൂണ്ടിക്കാണിക്കാനാകില്ലെങ്കിലും ഇവ ഉപയോഗപ്രദമാണ്. കൊറോണറി ധമനിരോഗങ്ങളായ അങ്ങൈജന, മയോകാർഡിയൽ ഇൻഫാർക്ഷൻ, സ്ട്രോക് പേശികളിലെ ധമനി തകരാറുകൊണ്ടുള്ള രോഗം എന്നിവയ്ക്ക് കാരണമായ അഥിറോസ് ക്ലിറോസിസ് കുറയ്ക്കുന്നതിലൂടെയാണിത് പ്രയോജനകരമാകുന്നത്. സ്റ്റാറ്റിൻ മരുന്നുകൾ രക്തസമ്മർദ്ദം കുറയ്ക്കുന്ന എയ്സ് ഇൻഹിബിറ്റേഴ്സിനെ (ace inhibitors)പോലെ ഇത്തരം ഗുണം രോഗികൾക്ക് നല്കുന്നത് വലിയ കാര്യമാണ്.

സ്റ്റാറ്റിനുകൾ തമ്മിലുള്ള വ്യത്യാസങ്ങൾ.

സ്റ്റാറ്റിനുകൾ പല നിലവാരത്തിലും വ്യത്യസ്തമാണ്. നാം പ്രായോഗികമായി ഏറ്റവും ശ്രദ്ധിക്കുന്നത് എത്രമാത്രം ഫലപ്രദമായി കൊളസ്ട്രോൾ കുറയ്ക്കുന്നു എന്നതാണ്. ഒരു മാതൃകയായെടുക്കുന്നത് അടോർവസ്റ്റാറ്റിൻ ആണ്.

റോസുവസ്റ്റാറ്റിൻ ഏറ്റവും ശക്തമാണ്. അതുകൊണ്ട് പകുതി ഡോസ് മതി. ഫ്ലൂവസ്റ്റാറ്റിൻ ദുർബ്ബലമായതിനാൽ കൂടുതൽ വേണ്ടി വരും.

പ്രവസ്റ്റാറ്റിൻ, റോസുവസ്റ്റാറ്റിൻ എന്നിവ മറ്റു മരുന്നുകളുമായി പ്രവർത്തിച്ച് രക്തത്തിലെ നിലവാരം കൂട്ടുകയില്ല. ഇവയെ നീക്കുന്ന എൻസൈമുകളെ മറ്റു മരുന്നുകൾ തടയുന്നില്ല എന്നതാണ് കാരണം. അപ്രകാരം അവക്ക് മറ്റു സ്റ്റാറ്റിനുകളെ അപേക്ഷിച്ച് സുരക്ഷിതത്വം കൂടുതലാണ്. അതുകൊണ്ട് മറ്റു സ്റ്റാറ്റിൻ മരുന്നുകൾക്കുണ്ടാകാവുന്ന പേശി രോഗം ഇവകൾക്കില്ല.

വെരപാമിൽ എന്ന മരുന്നും സിംവസ്റ്റാറ്റിൻ (ശക്തമായ സ്റ്റാറ്റിൻ) ഉം കൂടി കഴിക്കുമ്പോൾ മേല്പറഞ്ഞ പേശിരോഗത്തിന് സാദ്ധ്യത പത്തിരട്ടിയാണ്. ഇവിടെ വെരപാമിൽ ഒരു കുസൃതി ഒപ്പിക്കുന്നുണ്ട്. സിംവസ്റ്റാറ്റിന്റെ രക്തനിലവാരം കയറ്റി വിടുന്നു. കടുത്ത റാബ്ഡോമയോലൈസിസ് (rhabdomyolysis) എന്ന പേശിരോഗമുണ്ടാക്കിയ സിരിവസ്റ്റാറ്റിൻ എന്ന മരുന്ന് മാർക്കറ്റിൽനിന്നും പിൻവലിച്ചു. അവയ്ക്ക് അതിനുള്ള സാദ്ധ്യത 10 മുതൽ 100 ഇരട്ടിവരെയായിരുന്നു. ഈ സാദ്ധ്യത സ്റ്റാറ്റിനുകളുടെ സാന്ദ്രത കൂട്ടുന്ന മരുന്നുകളും ഇതേ ദിശയിൽ പ്രവർത്തിക്കുന്ന മരുന്നുകളും ഒരുമിച്ച് കഴിക്കുമ്പോൾ വളരെ കൂടുന്നു.

67. വിഷാദരോഗവും ഭക്ഷണവും തമ്മിലുള്ള ബന്ധം

പലതരം അനാരോഗ്യഭക്ഷണങ്ങളുമായി വിഷാദരോഗത്തിന് ബന്ധ മുണ്ടെന്ന് തെളിഞ്ഞിട്ടുണ്ട്. പാകം ചെയ്ത മാംസം, ചോക്ലലേറ്റ്, ഡസർട്ടു കൾ, വറുത്ത ഭക്ഷണം, പോളിഷ് ചെയ്ത ധാന്യം, കൊഴുപ്പ് കൂടിയ ഡയറി ഉല്പന്നങ്ങൾ എന്നിവയാണവ. ഇവ കൊളസ്ട്രോളും കൂട്ടുന്നവ യാണ്.

എന്നാൽ പഴങ്ങൾ, പച്ചക്കറികൾ, മത്സ്യം എന്നിവയയിൽ ഈ പ്രശ്ന ങ്ങളില്ല. അതായത് മെഡിറ്ററേനിയൻ ഭക്ഷണം ഇവ മൂന്നും കേന്ദ്രീകരി ച്ചുള്ളതാകയാൽ വിഷാദരോഗത്തിന് വളരെ നല്ലതാണ്. ഇവ കൊള സ്ട്രോൾ കുറയ്ക്കുന്നവയാണ്.

ഇവ കഴിക്കുന്നവരിൽ പർക്കിൻസോണിസവും അൾഷീമേഴ്സ് രോഗവും കുറവാണ്. വിഷാദരോഗവും മറ്റു മാനസികരോഗങ്ങളും കൊള സ്ട്രോൾ കൂടുതലും തമ്മിൽ വളരെ ബന്ധമുണ്ട്.

ഇവരുടെ വ്യായാമക്കുറവും അനാരോഗ്യകരമായ ഭക്ഷണം കഴി ക്കുന്നതിനാലും ആണ് ഇപ്രകാരം രോഗങ്ങൾ ഉണ്ടാകുന്നത്. ചില മരു ന്നുകളുടെ പാർശ്വഫലവും ഇവയ്ക്ക് കാരണമാകുന്നു.

ഭാഗം അഞ്ച്
തൈറോയ്ഡും കൊളസ്ട്രോളും

68. തൈറോയ്ഡ് പ്രവർത്തനത്തകരാറും കൊളസ്ട്രോളും

കൊളസ്ട്രോളിനെപ്പറ്റി പലർക്കും അറിയാം. അത് കൊഴുപ്പ് അധി
കം കഴിക്കുകയും തടിവെക്കുകയും ചെയ്യുന്നവരിൽ കൂടുന്നതാണെന്ന്
അറിയാം. വ്യായാമമില്ലാതിരിക്കുകയും പാരമ്പര്യമായി ജീനിലൂടെയും
കൊളസ്ട്രോൾ കൂടുമെന്നും അറിയാം. ഇപ്രകാരം കൂടിയാൽ ഹൃദ്രോഗം
വരുമെന്നും അറിയാം. ഭക്ഷണക്കൊഴുപ്പ് വളരെ കൂടിയാൽ കൊള
സ്ട്രോൾ അതനുസരിച്ച് മേലോട്ട് പോകും. എന്നാൽ തൈറോയ്ഡും
കൊളസ്ട്രോളും തമ്മിലുള്ള ബന്ധം പൊതുജനം അത്ര ശ്രദ്ധിച്ചിട്ടുണ്ടാ
വില്ല. ആരോഗ്യത്തിന് ഈ ബന്ധം മനസ്സിലാക്കൽ സുപ്രധാനമാണ്.

കഴുത്തിന്റെ മദ്ധ്യത്തിലായി രണ്ടു ലോബും മദ്ധ്യത്തിൽ
ഇസ്ത്മസും – തൈറോയ്ഡ് ഗ്രന്ഥി. രണ്ടു വശത്തും രണ്ടു പിങ്ക് ബട്ടൺ
പോലെ ആകെ നാല് പാരതൈറോയ്ഡ് ഗ്രന്ഥികൾ കണ്ടാലും.

കഴുത്തിന്റെ മദ്ധ്യഭാഗത്തായി ചിത്രശലഭാകൃതിയിലുള്ള സുപ്ര
ധാന ഹോർമോൺ ഉല്പാദന ഗ്രന്ഥിയാണ് തൈറോയ്ഡ്. ഇത് തൈറോ
ക്സീൻ എന്ന ഹോർമോൺ ഉല്പാദിപ്പിക്കുന്നു. ശരീരത്തിലെ ചയാപ
ചയങ്ങൾ നിയന്ത്രിക്കുന്നതിൽ ഇതിന് സുപ്രധാന പങ്കുണ്ട്.

ഊർജ്ജം എത്രവേഗത്തിൽ കത്തിക്കണം എന്നു തീരുമാനിക്കുന്ന
ആക്സിലേറ്റർ പെഡലാണ് തൈറോക്സീൻ. ശരീരം കൂടുതൽ തൈറോ
ക്സീൻ ഉല്പാദിപ്പിക്കുക എന്നതിനർത്ഥം ആക്സിലേറ്റർ പെഡൽ
അമർത്തുക എന്നാണ്. ആവശ്യത്തിന് തൈറോക്സീൻ ഉല്പാദിപ്പി
ക്കുന്നില്ലെങ്കിലത് നമ്മുടെ കാൽ ആക്സിലേറ്റർ പെഡലിൽ നിന്നെടുത്തു
എന്നർത്ഥം. പിന്നെ ഊർജ്ജം വളരെ കുറവേ കത്തുകയുള്ളൂ. ഈ
അവസ്ഥയാണ് ഹൈപ്പോതൈറോയ്ഡിസം (hypothyrodism).

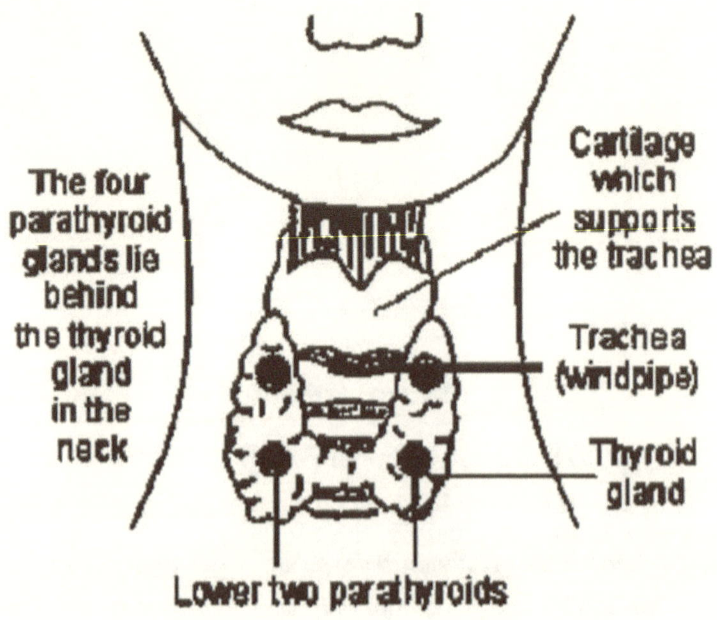

ഈ അവസ്ഥയിൽ ശരീരം കൊളസ്ട്രോൾ കൈകാര്യം ചെയ്യു
ന്നതും കുറയുന്നു. അതിന്റെ ലക്ഷണമാണ് ലോ ഡെൻസിറ്റി ലൈപ്പോ
പ്രോട്ടീൻ റസപ്ടറുകൾ കുറയുന്നത്. അതായത് ലോ ഡെൻസിറ്റി
ലൈപ്പോപ്രോട്ടീൻ സ്വീകരിക്കുന്നവ കുറയുമെന്നർത്ഥം.

1985 ലെ മെഡിസിനുള്ള നോബൽ പ്രൈസ് ഈ കണ്ടുപിടുത്ത
ത്തിനായിരുന്നു.

ഇവ കൊളസ്ട്രോൾ അധികമുള്ള ലോ ഡെൻസിറ്റി ലൈപ്പോ
പ്രോട്ടീൻ, കൈലോമൈക്രോ,
വെരി ലോ ഡെൻസിറ്റി ലൈ
പ്പോപ്രോട്ടീൻ എന്നിവയെ വിഴു
ങ്ങുന്നു. ഇത് കുറയുമ്പോൾ
ലോ ഡെൻസിറ്റി ലൈപ്പോ
പ്രോട്ടീൻ ശരീരത്തിൽ അടി
ഞ്ഞ് കൂടുന്നു. അപ്രകാരം ലോ
ഡെൻസിറ്റി ലൈപ്പോപ്രോ
ട്ടീനും കൊളസ്ട്രോളും വർദ്ധി
ക്കുന്നു.

ലോ ഡെൻസിറ്റി ലൈ
പ്പോപ്രോട്ടീൻ കൂടുന്നതോടൊ
പ്പം രക്തത്തിൽ ആകെയുള്ള

ലോ ഡെൻസിറ്റി
ലൈപ്പോപ്രോട്ടീൻ റസപ്ടർ.

കൊളസ്ട്രോൾ കൂടുന്നു, അതോടൊപ്പം കൊറോണറി ധമനി രോഗസാ ദ്ധ്യതയും കൂടുന്നു. ഈ പ്രതിഭാസം കൂടുതൽ പ്രകടമാകുന്നത് സ്ത്രീക ളിലാണ്. ഇതോടൊപ്പം കൊഴുപ്പ് കൂടുതലുള്ള ഭക്ഷണം, പുകവലി എന്നിവയുണ്ടെങ്കിൽ കൊറോണറി ധമനി രോഗസാദ്ധ്യത വളരെ വർദ്ധി ക്കുന്നു. സ്ത്രീകളിൽ പുരുഷന്മാരേക്കാൾ 9 ഇരട്ടി തൈറോയ്ഡ് രോഗ സാദ്ധ്യതയുണ്ട്. തൈറോയ്ഡ് പ്രവർത്തനം കൂടുന്ന ഹൈപ്പർതൈറോ യ്ഡിസം കേവലം 1.3% മാത്രവും പ്രവർത്തനം കുറയുന്ന ഹൈപ്പോ തൈറോയ്ഡിസം 4.3%വുമാണ്.

തൈറോയ്ഡ് പ്രവർത്തനം കൂടുന്ന ഹൈപ്പർതൈറോയ്ഡിസം കൊണ്ട് ഹൃദയമിടിപ്പ് കൂടുകയും ഹൃദ്രോഗ സാദ്ധ്യത കൂടുകയും ചെയ്യും. അത് വേറൊരു വശമാണ്. അതോടൊപ്പം കൊളസ്ട്രോൾ നിലവാരം കുറയുകയാണ് ചെയ്യുന്നത്. ലോ ഡെൻസിറ്റി ലൈപ്പോപ്രോട്ടീൻ റസപ്ട ർസ് ഹൈപ്പോതൈറോയ്ഡിസത്തിന് നേർവിപരീതമായി ഈ അവസ്ഥ യിൽ കൂടുന്നു. തൈറോക്സീൻ കൂടുന്നതനുസരിച്ച് ചയാപചയം വർദ്ധി ക്കുന്നു. കൊളസ്ട്രോൾ കുറെ കത്തിത്തീരുന്നു. കൊളസ്ട്രോൾ നില വാരം കുറയുന്നു. ഹൈപ്പർതൈറോയ്ഡിസം ചികിത്സിക്കുന്നതോടെ ഇതെല്ലാം പഴയ നിലയിലാകുന്നു.

69. ഹൈപ്പോതൈറോയ്ഡിസവും അനുബന്ധമായ കൊളസ്ട്രോ ളീമിയയും കണ്ടു പിടിക്കുന്നവിധം

തൈറോയ്ഡ് പ്രവർത്തനം മനസ്സിലാക്കുവാൻ വളരെ എളുപ്പമാണ്, തൈറോയ്ഡ് സ്റ്റിമുലേറ്റിങ് ഹോർമോൺ, തൈറോക്സീൻ (ടി4), ട്രൈ അയഡോതൈറോണീൻ(ടി3) എന്നിവ രക്തപരിശോധനയിലൂടെ പരി ശോധിക്കാം. ഇവയുടെ നിലവാരമനുസരിച്ച് തൈറോയ്ഡ് പ്രവർത്തന ത്തിന്റെ രൂപം കിട്ടുന്നു. ടി4 എന്ന തൈറോക്സീൻ കുറഞ്ഞാൽ മസ്തി ഷ്കത്തിന്റെ ഉൾമദ്ധ്യഭാഗത്തുള്ള ഹൈപ്പോത്തലാമസ്, പിറ്റ്യൂട്ടറി ഗ്രന്ഥി എന്നിവ പ്രവർത്തനനിരതമായി ടി എസ് എച്ച് എ തൈറോയ്ഡ് സ്റ്റിമു ലേറ്റിങ് ഹോർമോൺ ഉല്പാദിപ്പിക്കപ്പെടുന്നു. അതിന് വിപരീതമായി തൈറോക്സീൻ രക്തത്തിൽ കൂടുതലായാൽ ടി എസ് എച്ച് കുറച്ചു മാത്രം സ്രവിക്കപ്പെടുന്നു. തൽഫലമായി തൈറോക്സീൻ കുറയ്ക്കാ നുള്ള ശ്രമം നടക്കുന്നു.

ഹൈപ്പോതൈറോയ്ഡിസം എന്ന തൈറോയ്ഡിന്റെ പ്രവർത്തന മാന്ദ്യം എളുപ്പത്തിൽ ചികിത്സിക്കാം. തൈറോയ്ഡ് ഹോർമോൺ പകരം കൊടുത്താൽ മതി. അതിന് ലിവോ തൈറോക്സീൻ, ലിവോതൈറോ ണീൻ, തൈറോയ്ഡ് ഡെസ്സികേറ്റഡ്-(levothyroxine, levothyronine, thyroid desiccated) എന്നിവയാണ് ഉപയോഗിക്കുന്നത്. ഇവ രക്ത പരി ശോധനയിലൂടെ കൃത്യമായി മേൽനോട്ടം ചെയ്യാം. ഈ മരുന്നുകൾ തൈ റോയ്ഡ് ഹോർമോണിന്റെ വിവിധരൂപങ്ങളായതിനാൽ ഫലപ്രദമായി പകരം ശരീരശാസ്ത്രപരമായ ധർമ്മം നിർവ്വഹിക്കും. ഇവ ലോ ഡെൻസിറ്റി ലൈപ്പോപ്രോട്ടീൻ റസപ്ടേഴ്സ് എണ്ണം കൂട്ടും. അപ്രകാരം

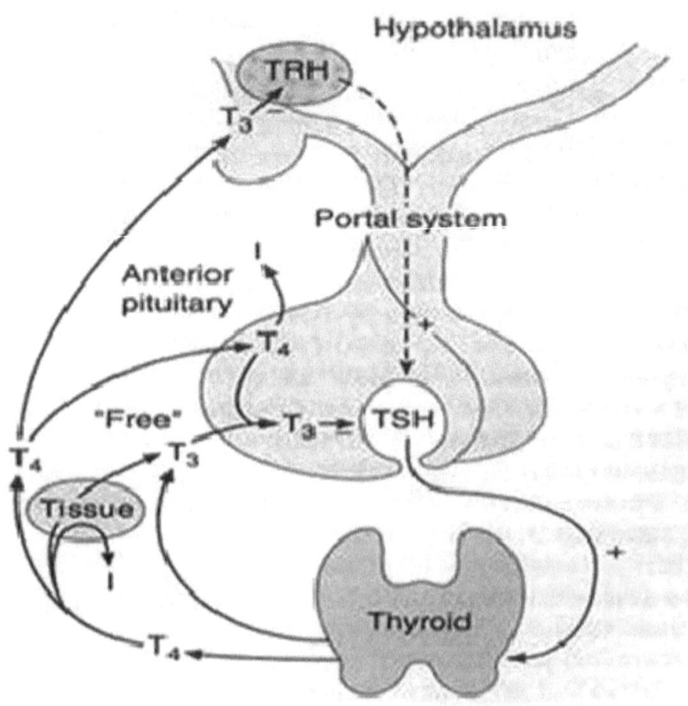

തൈറോയ്ഡ് നിയന്ത്രണം

തൈറോയ്ഡ് ഹോർമോൺ കുറയുന്നതുമൂലമുള്ള ലോ ഡെൻസിറ്റി
ലൈപ്പോപ്രോട്ടീൻ കൊളസ്ട്രോൾ കൂടിയത് കുറയ്ക്കും. ആകെയുള്ള
കൊളസ്ട്രോളും അതോടെ കുറയുന്നു. ഇപ്രകാരമുള്ള കൊളസ്ട്രോൾ
വർദ്ധനവിന് ഈ തൈറോയ്ഡ് പകരം കൊടുക്കുന്ന ചികിത്സ വളരെ
ഫലപ്രദമെന്ന് പഠനങ്ങൾ തെളിയിച്ചിട്ടുണ്ട്. വളരെ ചെറിയ തൈറോയ്ഡ്
പോരായ്മപോലും കൊളസ്ട്രോൾ കൂടുതലിന് കാരണമാകാറുണ്ട്.
ഇത്തരക്കാർക്ക് പകരം തൈറോയ്ഡ് കൊടുത്തതുകൊണ്ട് കൊള
സ്ട്രോൾ കുറയണമെന്നില്ല. അവർക്ക് പകരം കൊളസ്ട്രോൾ കുറ
യ്ക്കുന്ന മരുന്നുകൾ ആവശ്യമാണ്. എന്നിരുന്നാലും ഈ തൈറോയ്ഡ്
സാദ്ധ്യത എല്ലാ കൊളസ്ട്രോൾ കേസുകളിലും ഓർമ്മവെക്കുകയും
പരിശോധിക്കുകയും തെളിവുണ്ടെങ്കിൽ ചികിത്സിക്കുകയും വേണം.

തൈറോയ്ഡ് പ്രവർത്തന പരിശോധന

കൊളസ്ട്രോൾ കൂടിക്കാണുന്ന എല്ലാ രോഗികൾക്കും തൈറോയ്ഡ്
പ്രവർത്തനപരിശോധന അനിവാര്യമെന്ന് വിദഗ്ധർ അഭിപ്രായപ്പെടുന്നു.
നിങ്ങൾക്ക് തൈറോയ്ഡ് ലക്ഷണമായ ക്ഷീണവും തളർച്ചയും

തോന്നുന്നില്ലെങ്കിൽക്കൂടി ഇതാവശ്യമാണ്. ശക്തമായ തൈറോയ്ഡ് പ്രവർത്തന പോരായ്മ ഉള്ളവരിലും ചിലപ്പോൾ ലക്ഷണങ്ങൾ പുറമേക്ക് കാണാതിരിക്കാം.

മറുവശത്ത് തൈറോയ്ഡ് പ്രവർത്തനം കുറവാണെന്ന് തെളിവു ള്ളവരിൽ കൊളസ്ട്രോൾ കൂടുതലുണ്ടോ എന്നും നോക്കണം. ഇപ്രകാരം കൊളസ്ട്രോളും തൈറോയ്ഡ് ഗ്രന്ഥിയും തമ്മിലുള്ള ഉഭയബന്ധം മന സ്സിലാക്കുന്നതുകൊണ്ട് ഭാവിയിൽ കോറോണറി രോഗം വരാതെ രക്ഷ പ്പെടുന്നതിന് സഹായിക്കുന്നു.

തഭാഗം ആറ്

ഭാഗം ആറ്
മരുന്നുകളുടെ പ്രവർത്തനവും പാർശ്വഫലങ്ങളും

70. ലിപ്പിഡ് അവാന്തരവിഭാഗങ്ങൾ വിലയിരുത്തുന്ന വിധം

1. സാധാരണ കൊളസ്ട്രോൾ പരിശോധിക്കണം എന്ന് ലാബിൽ ആവശ്യപ്പെട്ടാൽ ആകെയുള്ള കൊളസ്ട്രോൾ മാത്രമാണ് അളക്കുന്നത്. അത് ആകെയുള്ള ട്രൈഗ്ലിസറൈഡുകൾ, ഹൈ ഡെൻസിറ്റി ലൈപ്പോ പ്രോട്ടീൻ കൊളസ്ട്രോൾ, വെരി ലോ ഡെൻസിറ്റി ലൈപ്പോപ്രോട്ടീൻ കണികകളിലുള്ള കൊളസ്ട്രോൾ, ലോ ഡെൻസിറ്റി ലൈപ്പോപ്രോട്ടീൻ കൊളസ്ട്രോൾ എന്നിവയുടെ ആകത്തുകയാണ്.

അതായത്, ആകെ കൊളസ്ട്രോൾ = ഹൈ ഡെൻസിറ്റി ലൈപ്പോ പ്രോട്ടീൻ കൊളസ്ട്രോൾ + വെരി ലോ ഡെൻസിറ്റി ലൈപ്പോപ്രോട്ടീൻ കൊളസ്ട്രോൾ + ലോ ഡെൻസിറ്റി ലൈപ്പോപ്രോട്ടീൻ കൊളസ്ട്രോൾ.

2. വെരി ലോ ഡെൻസിറ്റി ലൈപ്പോപ്രോട്ടീൻ കണികകളിൽ കൊളസ്ട്രോൾ മോളിക്യൂളുകളേക്കാൾ അഞ്ചിരട്ടി ട്രൈഗ്ലിസറൈഡുകൾ ഉണ്ട്. അവയ്ക്ക് അപ്പോപ്രോട്ടീനുകളേക്കാൾ ഭാരം കുറവാണെന്നറിയാ മല്ലോ.

അതുകൊണ്ട് വെരി ലോ ഡെൻസിറ്റി ലൈപ്പോപ്രോട്ടീൻ കൊളസ്ട്രോൾ = ട്രൈഗ്ലിസറൈഡുകൾ/5

3. ഈ ഫോർമുല ട്രൈഗ്ലിസറൈഡുകൾ 400–500 ൽ താഴെയാകു മ്പോൾ മാത്രമേ ശരിയാകുകയുള്ളു എന്നോർക്കണം.

അതായത് ലോ ഡെൻസിറ്റി ലൈപ്പോപ്രോട്ടീൻ കൊളസ്ട്രോൾ = ആകെയുള്ള കൊളസ്ട്രോൾ-ഹൈ ഡെൻസിറ്റി ലൈപ്പോപ്രോട്ടീൻ കൊളസ്ട്രോൾ = ട്രൈഗ്ലിസറൈഡുകൾ/5.

ലോ ഡെൻസിറ്റി ലൈപ്പോപ്രോട്ടീൻ കൊളസ്ട്രോൾ = ആകെയുള്ള കൊളസ്ട്രോൾ (മില്ലിമോൾ/ലിറ്റർ)- ഹൈ ഡെൻസിറ്റി ലൈപ്പോ

പ്രോട്ടീൻ കൊളസ്ട്രോൾ (മില്ലിമോൾ/ലിറ്റർ) = ട്രൈഗ്ലിസറൈഡുകൾ (മില്ലിമോൾ/ലിറ്റർ)/2.2

ഇതിലെ ഓരോ വിഭാഗങ്ങളുടെ നിലവാരമനുസരിച്ചാണ് കൊറോണറി അപായസാധ്യത ഉണ്ടാകുന്നത്. ഉദാഹരണമായി ഒരു വ്യക്തിക്ക് ഹൈ ഡെൻസിറ്റി ലൈപ്പോപ്രോട്ടീൻ കൊളസ്ട്രോൾ 110 മില്ലിഗ്രാം/ഡെസിലിറ്ററും, ലോ ഡെൻസിറ്റി ലൈപ്പോപ്രോട്ടീൻ കൊളസ്ട്രോൾ 135 മില്ലിഗ്രാം/ഡെസിലിറ്ററും, ട്രൈഗ്ലിസറൈഡുകൾ 150 മില്ലിഗ്രാം/ഡെസിലിറ്ററും ആണെന്ന് കരുതുക. വേറൊരു രോഗിക്ക് ഹൈ ഡെൻസിറ്റി ലൈപ്പോപ്രോട്ടീൻ കൊളസ്ട്രോൾ 25 മില്ലിഗ്രാം/ ഡെസിലിറ്ററും, ലോ ഡെൻസിറ്റി ലൈപ്പോപ്രോട്ടീൻ കൊളസ്ട്രോൾ 210 മില്ലിഗ്രാം/ഡെസിലിറ്ററും, ട്രൈഗ്ലിസറൈഡുകൾ 1200 മില്ലിഗ്രാം/ഡെസി ലിറ്ററും ആണെങ്കിൽ മറ്റുള്ള പ്രായം തുടങ്ങിയവയിൽ സമാനത ഉണ്ടെ ങ്കിലും രണ്ടാമത്തെ വ്യക്തിക്ക് കൊറോണറി രോഗസാദ്ധ്യത പത്തിരട്ടി കൂടുതലാണെന്ന് പറയണം, സ്ത്രീകളിൽ ഹൈ ഡെൻസിറ്റി ലൈപ്പോ പ്രോട്ടീൻ കൊളസ്ട്രോൾ കൂടുതലുള്ളത് കൊറോണറി രോഗസാദ്ധ്യത കുറയ്ക്കുന്നു.

ഇവിടെ യഥാർത്ഥപ്രശ്നം കൊറോണറി രോഗസാദ്ധ്യത ഹൈ ഡെൻസിറ്റി ലൈപ്പോപ്രോട്ടീൻ കൊളസ്ട്രോൾ കുറയ്ക്കുകയും ലോ ഡെൻസിറ്റി ലൈപ്പോപ്രോട്ടീൻ കൊളസ്ട്രോൾ കൂട്ടുകയും ചെയ്യുന്നു എന്നതാണ്. അതുകൊണ്ട് ചില വിദഗ്ദ്ധർ ആകെയുള്ള കൊള സ്ട്രോളിനോട് ഹൈ ഡെൻസിറ്റി ലൈപ്പോപ്രോട്ടീൻ കൊളസ്ട്രോൾ ചേർത്തുള്ള അനുപാതം ലിപ്പിഡ് മൂലമുള്ള കൊറോണറി രോഗസാദ്ധ്യത അളക്കുവാനുള്ള ഫലപ്രദമായ മാനകമായി കണക്കാക്കും.

അതായത് ആദ്യത്തെ വ്യക്തിക്ക് 275 + 110 = 2.5 ആണ് അനു പാതം. എന്നാൽ രണ്ടാമത്തെയാൾക്ക് 275 + 25 = 11 ആണ് അനുപാതം. അതായത് ഇവിടെ കൊറോണറി രോഗസാദ്ധ്യത അഞ്ചിരട്ടിയോളം കൂടി യിരിക്കുന്നു എന്നർത്ഥം. പടിഞ്ഞാറൻ രാജ്യങ്ങളിലുള്ളവർക്ക് ഏഷ്യ ക്കാരേക്കാൾ 20% കൊളസ്ട്രോൾ കൂടുതലുണ്ട്. പക്ഷേ, കൊറോണറി രോഗസാദ്ധ്യത ഏഷ്യക്കാർക്കാണ് കൂടുതൽ. പൊതുജനങ്ങളിൽ 10% പേർക്ക് കൊളസ്ട്രോൾ കൂടുതലായി കാണാറുണ്ട്. ആസ്പത്രിയിൽ പ്രവേശിക്കപ്പെട്ട രോഗികളിൽ കൊളസ്ട്രോൾ കുറവായിരിക്കും. അത് ഗുരുതരമായ രോഗമുള്ളതിനാലാണ്. എന്നാൽ പാൻക്രിയാറ്റെറ്റിസ് ഉള്ള രോഗികളിൽ ട്രൈഗ്ലിസറൈഡുകൾ കൂടുതലായിരിക്കും. കുട്ടികളിലും യുവാക്കളിലും പ്രായേണ നല്ല കൊളസ്ട്രോൾ ആണ് കാണാറ് പതി വ്. പ്രായമാകുന്തോറും അത് കുറഞ്ഞു വരും. എന്നാൽ കുറഞ്ഞ കൊളസ്ട്രോൾ ഉള്ളവരിൽ പിന്നീട് കൂടി വരുന്നതും കാണാറുണ്ട്.

71. സ്റ്റാറ്റിൻ മരുന്നുകളുടെ പ്രവർത്തനം

അടോർവസ്റ്റാറ്റിനുമായി മറ്റു സ്റ്റാറ്റിൻ മരുന്നുകളുടെ പ്രവർത്തനം

വിശദമായി ഒരു താരതമ്യ പഠനത്തിലൂടെ നടത്തുകയുണ്ടായി. 97 കൊറോണറി ഹൃദ്രോഗികളിൽ 36 ആഴ്ച നീണ്ട പഠനത്തിൽനിന്നും ചില സുപ്രധാന നിഗമനങ്ങളിലെത്താൻ കഴിഞ്ഞു. റാൻഡം പ്ലാസിബൊ നിയന്ത്രിത പഠനമാ(random placebo controlled study)യിരുന്നു അത്. 20,40,80 മില്ലിഗ്രാം വീതം പല ഗ്രൂപ്പുകളായാണ് പഠനം. അവരിൽ ലോ ഡെൻസിറ്റി ലൈപ്പൊപ്രോട്ടീൻ കൊളസ്ട്രോൾ 130 മില്ലിഗ്രാമിൽ കൂടുതലായിരുന്നു. അതിൽ ഫ്ളുവസ്റ്റാറ്റിൻ 28 പേരിലും, പ്രവസ്റ്റാറ്റിൻ 22 പേരിലും, ലോവസ്റ്റാറ്റിൻ 24 പേരിലും, സിംവസ്റ്റാറ്റിൻ 25 പേരിലും പരീക്ഷിക്കുകയുണ്ടായി. അതുപോലെ പ്ലാസിബോയും 40 മില്ലിഗ്രാം അടോർവസ്റ്റാറ്റിനുമായി താരതമ്യവും നടത്തി.

ഇത് പ്രായം, ലൈംഗികത എന്നിവയനുസരിച്ചും താരതമ്യ പഠനം നടത്തുകയുണ്ടായി. രക്തസാംപിളുകൾ ഭക്ഷണം കഴിക്കാതെയും സാച്ചുറേറ്റഡ് കൊഴുപ്പുള്ള ഭക്ഷണം കഴിച്ച് 4 മണിക്കൂറിനുശേഷവും എടുത്തിരുന്നു. അടോർവസ്റ്റാറ്റിൻ എല്ലാ ഡോസിലും ലോ ഡെൻസിറ്റി ലൈപ്പൊപ്രോട്ടീൻ കൊളസ്ട്രോൾ, ഹൈ ഡെൻസിറ്റി ലൈപ്പൊപ്രോട്ടീൻ അല്ലാത്ത മറ്റു കൊളസ്ട്രോളുകൾ കുറയ്ക്കുവാനും ഫലപ്രദമെന്നു കണ്ടു. സിംവസ്റ്റാറ്റിൻ രണ്ടു കാര്യങ്ങളിൽ അടോർവസ്റ്റാറ്റിനെ കടത്തിവെട്ടിയിരുന്നു. ട്രൈഗ്ലിസറൈഡുകൾ, റെംനന്റ് ലൈപ്പൊപ്രോട്ടീൻ കൊളസ്ട്രോൾ എന്നിവ കുറയ്ക്കുവാൻ സിംവസ്റ്റാറ്റിൻ തന്നെയാണ് മിടുക്കൻ. 40 മില്ലിഗ്രാം വീതം കഴിക്കുമ്പോൾ അടോർവസ്റ്റാറ്റിൻ ലോവസ്റ്റാറ്റിൻ, സിംവസ്റ്റാറ്റിൻ എന്നിവ ഒഴിച്ചുള്ള മറ്റു സ്റ്റാറ്റിനേക്കാൾ മെച്ചപ്പെട്ട, വെരി ലോ ഡെൻസിറ്റി ലൈപ്പൊപ്രോട്ടീൻ കൊളസ്ട്രോൾ കുറയ്ക്കുവാനുള്ള കഴിവ് തെളിയിച്ചിട്ടുണ്ട്. അതുപോലെ ഹൈ ഡെൻസിറ്റി ലൈപ്പൊപ്രോട്ടീൻ കൊളസ്ട്രോൾ കൂട്ടുവാൻ, ലോ ഡെൻസിറ്റി ലൈപ്പൊപ്രോട്ടീൻ കൊളസ്ട്രോൾ കുറയ്ക്കുവാൻ സിംവസ്റ്റാറ്റിൻ ഒഴികെയുള്ളവയേക്കാൾ സമർത്ഥമാണ്. മാത്രമല്ല, ഫ്ളുവസ്റ്റാറ്റിൻ, പ്രവസ്റ്റാറ്റിൻ, ലോവസ്റ്റാറ്റിൻ, സിംവസ്റ്റാറ്റിൻ എന്നിവയേക്കാൾ ലോ ഡെൻസിറ്റി ലൈപ്പൊപ്രോട്ടീൻ കൊളസ്ട്രോൾ, ഹൈ ഡെൻസിറ്റി അല്ലാത്ത ലൈപ്പൊപ്രോട്ടീൻ കൊളസ്ട്രോൾ, റെംനന്റ് ലോ ഡെൻസിറ്റി ലൈപ്പൊപ്രോട്ടീൻ കൊളസ്ട്രോൾ എന്നിവ ഭക്ഷണം കഴിക്കാത്തപ്പോഴും, ഭക്ഷണം കഴിച്ചതിനുശേഷവും ഉള്ള നിലവാരം കുറയ്ക്കുവാനും, ഹൃദയാരോഗ്യം നിലനിർത്തുവാനും സഹായിക്കുന്നു. മാത്രമല്ല അടോർവസ്റ്റാറ്റിൻ- ഫ്ളുവസ്റ്റാറ്റിൻ, പ്രവസ്റ്റാറ്റിൻ, ലോവസ്റ്റാറ്റിൻ, സിംവസ്റ്റാറ്റിൻ എന്നിവയേക്കാൾ യഥാക്രമം 33%, 50%, 60%, 85% കൂടുതൽ ഫലപ്രദമാണ്.

12. സ്റ്റാറ്റിൻ മരുന്നുകൾ, അവയുടെ പ്രയോജനങ്ങൾ, പാർശ്വഫലങ്ങൾ

കൊളസ്ട്രോൾ ഒരു ജീവിതശൈലി രോഗമായതിനാൽ ശരിയായ

വ്യായാമവും ഭക്ഷണരീതിയും ആണ് പ്രാഥമികമായ ചികിത്സ. മരുന്നുകൾ രണ്ടാംനിര യുദ്ധം മാത്രമാണ്. ആദ്യത്തെ ഘട്ടംകൊണ്ട് കൊളസ്ട്രോൾ കുറയാതെ വരുമ്പോഴാണ് സ്റ്റാറ്റിൻ മരുന്നുകൾ ഡോക്ടർമാർ എഴുതുന്നത്. പല രോഗികളും എഴുതുന്നതനുസരിച്ച് മരുന്നുകൾ കഴിക്കാറില്ല എന്നതാണ് സത്യം. പതിവായി കഴിക്കുന്നവ രിൽ ജീവിതഗുണം വർദ്ധിക്കുന്നതായും സ്ട്രോക്, ഹൃദ്രോഗം എന്നിവ കുറയുന്നതായും പഠനങ്ങൾ തെളിയിക്കുന്നു.

ആദ്യ അധ്യായത്തിൽ എച്ച് എം ജി കൊഎൻസൈം റിഡ ക്ടേസ്(HMG coenzyme reductase) എന്ന എൻസൈമിനെയും അതിന്റെ പ്രവർത്തനംമൂലം കൊളസ്ട്രോൾ ഉല്പാദനത്തിലെ ആദ്യ ഘട്ടം തരണം ചെയ്യുന്നതും നാം മനസ്സിലാക്കിയല്ലോ. ആ എൻസൈ മിനെ തടയുന്ന മരുന്നുകളാണ്, ഹൈ ഡെൻസിറ്റി ലൈപ്പോപ്രോട്ടീൻ കൂട്ടി, ലോ ഡെൻസിറ്റി ലൈപ്പോപ്രോട്ടീൻ കുറച്ച് ധമനികളുടെ ആരോഗ്യം സംരക്ഷിക്കുന്നത്. ധമനികളിൽ പ്ലാക്കുകൾ പറ്റിപ്പിടി ക്കുന്നതും അത് തടയുന്നു. അപ്രകാരം സ്റ്റാറ്റിൻ മരുന്നുകൾ ഹാർട്ട് അറ്റാക്കും സ്ട്രോക്കും തടയുന്നു.

സ്റ്റാറ്റിൻ മരുന്നുകളുടെ പ്രവർത്തനം

മുൻ പാരഗ്രാഫിൽ പറഞ്ഞതുപോലെ എൻസൈമിനെ തടഞ്ഞ് കൊളസ്ട്രോൾ കുറയ്ക്കുന്നു. അങ്ങനെ കരളിൽനിന്നും കൂടുതൽ കൊളസ്ട്രോൾ രക്തത്തിലും ധമനികളിലും എത്താതെ കാക്കുന്നു. സ്റ്റാറ്റിൻ മരുന്നുകൾക്ക് ആൻടി ഓക്സിഡൻട് (antioxidant) ഗുണങ്ങ ളുമുണ്ട്. അപ്രകാരമാണത് ലോ ഡെൻസിറ്റി ലൈപ്പോപ്രോട്ടീൻ ഓക്സീ കരണം തടഞ്ഞ് പ്ലാക്കുകളുണ്ടാവുന്നത് തടയുന്നത്. സ്റ്റാറ്റിൻ മരുന്നുകൾ പഴുപ്പുണ്ടാക്കുന്ന ഇൻഫ്ലമേഷൻ തടഞ്ഞ് ധമനികളിലെ പ്ലാക്കുകളെ പൊട്ടിത്തകരുന്നതിൽനിന്നും രക്ഷിക്കുന്നു. ചെറിയ തോതിൽ കൊളസ്ട്രോൾ കൂടുതലായവരിലും ഇപ്രകാരം സ്റ്റാറ്റിൻ മരുന്നുകൾ കഴിച്ചാൽ പ്രയോജനമുണ്ടാകുമെന്ന് പഠനങ്ങൾ തെളിയിക്കുന്നു.

വിവിധ സ്റ്റാറ്റിൻ മരുന്നുകൾ.

അവ ഏതൊക്കെയാണെന്ന് നോക്കാം.

1. അടോർവസ്റ്റാറ്റിൻ.
2. ഫ്ളുവസ്റ്റാറ്റിൻ.
3. ലോവസ്റ്റാറ്റിൻ.
4. പ്രവസ്റ്റാറ്റിൻ.
5. റോസുവസ്റ്റാറ്റിൻ.
6. സിംവസ്റ്റാറ്റിൻ.

ഇവയുടെ പ്രവർത്തനം സമാനമെങ്കിലും ഡോസുകൾ പല തര ത്തിലാണ്. സാധാരണ കൊളസ്ട്രോൾ മരുന്നുകൾ രാത്രി കഴിക്കാ നാണ് നിർദ്ദേശിക്കാറ് പതിവ്. കാരണം രാത്രിയിലാണ് കൂടുതൽ

കൊളസ്ട്രോൾ ഉല്പാദനം നടക്കുന്നത്.

സ്റ്റാറ്റിൻ മരുന്നുകളുടെ പ്രവർത്തനം മനസ്സിലാക്കുവാൻ 6-8 ആഴ്ച യെങ്കിലും ആവശ്യമാണ്. അതിനുശേഷമേ ഏതെങ്കിലും മരുന്നു നല്ലതോ ചീത്തയോ എന്നു തീരുമാനിക്കാനാകൂ.

സ്റ്റാറ്റിൻ മരുന്നുകളും പാർശ്വഫലങ്ങളും.

പൊതുവെ ഇവ അപായരഹിതമാണ്. എന്നാൽ ചിലരിൽ ഇവ പാർശ്വഫലങ്ങളുണ്ടാക്കുന്നു. അവ ഏതൊക്കെയാണ്?

ഏറ്റവും കൂടുതൽ കാണപ്പെടുന്നത് വയറു സംബന്ധമായ പരാതി കളാണ്. അവ കുറച്ചു കാലം ഉപയോഗിക്കുന്നതോടെ മാറും.

ഗൗരവതരമായ പാർശ്വഫലങ്ങൾ

പ്രധാനമായും കരൾ തകരാറുകളാണ്.

അതുകൊണ്ട് ഈ മരുന്ന് കഴിക്കുന്നതിനുമുമ്പായി കരൾ പ്രവർത്തനം ശരിയാണോയെന്ന് നോക്കുന്നത് നന്നായിരിക്കും. അതി നുള്ള രക്തപരിശോധന ചെയ്താൽ മതിയാകും.

ചുരുക്കമായി കാണുന്ന മയോസൈറ്റിസ് (myositis) എന്ന പേശീരോഗം സംശയിച്ചാൽ അതിനുള്ള രക്ത എൻസൈം പരിശോധന ചെയ്യണം.

എരിത്രോമൈസിൻ, ക്ലാരിത്രോമൈസിൻ എന്നീ ആന്റിബയോട്ടി ക്കുകൾ സ്റ്റാറ്റിൻ മരുന്നുകളുമായി പ്രതിപ്രവർത്തനം നടത്തി ഈ പാർശ്വഫലം വർദ്ധിപ്പിക്കാറുണ്ട്. അപ്പോൾ അത്തരം ആന്റിബയോട്ടി ക്കുകൾ ഇതിന്റെ കൂടെ ഉപയോഗിക്കരുത്.

ഈയിടെ 230000 സ്റ്റാറ്റിൻ മരുന്നു കഴിക്കുന്ന കൊളസ്ട്രോൾ കൂടുത ലുള്ള രോഗികളിൽ പഠനം നടത്തിയതിൽ അവർക്ക് 4-5 വർഷം കൂടുതൽ ദീർഘായുഷ്മാക്കളായിരിക്കുന്നതായി കണ്ടെത്തി. അത് കൊളസ്ട്രോൾ മരുന്ന് കഴിക്കാത്തവരേക്കാൾ കഴിക്കുന്നവർക്കുള്ള ബോണസാണ് എന്നർത്ഥം.

അപ്പോൾ നമ്മുടെ മുമ്പിൽ ഒരു തെരഞ്ഞെടുപ്പുണ്ട്. അതിൽ ഏതെടുക്കണം?

കൊളസ്ട്രോൾ കൂടിയാൽ സ്റ്റാറ്റിൻ മരുന്നു കഴിക്കുക.

ജീവിതരീതി മാറ്റി സ്റ്റാറ്റിൻ മരുന്നു കഴിക്കാതെയിരിക്കുക.

സ്റ്റാറ്റിനുകളുടെ പൊതു പാർശ്വഫലങ്ങൾ.

1. തലവേദന.
2. ഓക്കാനം.
3. ഛർദ്ദി.
4. മലബന്ധം.
5. വയറിളക്കം.
6. തൊലി തടിച്ചു പൊങ്ങൽ.
7. ക്ഷീണം.
8. പേശീവേദന.

ഭാഗ്യവശാൽ ചുരുക്കമായി കാണുന്ന പാർശ്വഫലം കരൾ ഫെയി ലിയറും റാബ്ഡോമയോലൈസിസ്(rhabdomyolysis) എന്ന ഗുരുതര പേശീരോഗവുമാണ്. ഇത് വൃക്ക പരാജയത്തിലേക്ക് നയിക്കാം. കാരണം പേശീകോശങ്ങൾ തകരുന്നതോടൊപ്പം സംജാതമാകുന്നവയെ പെട്ടെന്ന് കൈകാര്യം ചെയ്യാൻ പാവം വൃക്കയ്ക്ക് പെട്ടെന്ന് പറ്റിയെന്ന് വരില്ല. എല്ലാത്തിനും ഒരു സാവകാശം വേണ്ടെ? ഈ സന്ദിഗ്ദ്ധഘട്ടം ഉണ്ടാകാ നിടയാകുന്നത് സ്റ്റാറ്റിൻ ചയാപചയം തടയുന്ന മരുന്നുകളും അവസ്ഥയും നിലനിൽക്കുമ്പോഴാണ്. ഗർഭാവസ്ഥയിൽ സ്റ്റാറ്റിൻ കൊടുക്കരുത്. അത് കുഞ്ഞിന്റെ ഇളംമേനിയെ തകരാറിലാക്കും.

മരുന്നുകളുമായുള്ള സ്റ്റാറ്റിൻ പ്രതിപ്രവർത്തനം.

സ്റ്റാറ്റിൻ ചയാപചയം നടത്തുന്ന പി–450 എൻസൈമുകളെ കരളിൽ മറ്റുമരുന്നുകൾ തടഞ്ഞേക്കാം. ഇക്കാര്യത്തിൽ പ്രവസ്റ്റാറ്റിനും റോസുവസ്റ്റാറ്റിനും വളരെ മെച്ചമാണ്. സിംവസ്റ്റാറ്റിൻ, ലോവസ്റ്റാറ്റിൻ, ഫ്ളുവസ്റ്റാറ്റിൻ, അടോർവസ്റ്റാറ്റിൻ എന്നിവ റാബ്ഡോമയോലൈസിസ് ഉണ്ടാക്കിയേക്കാം.

ഇതിനു കാരണമായേക്കാവുന്ന മരുന്നുകൾ.

1. എയ്ഡ്സ് ചികിത്സിക്കുന്ന പ്രൊട്ടിയേസ് ഇൻഹിബി റ്റേഴ്സ്(protease inhibitors).
2. എരിത്രോമൈസിൻ(erythromycin).
3. ഇത്രാക്കൊണാസോൾ(itraconazole).
4. ക്ലാരിത്രോമൈസിൻ(clarithromycin).
5. ഡിൽഷ്യാസം(diltiazem).
6. വൈരപാമിൽ (ഐസോപ്ടിൻ).
7. മുന്തിരി ജ്യൂസ്.

നിയാസിൻ

റാബ്ഡോമയോലൈസിസ് ഉണ്ടാക്കാം. ഇത് സ്റ്റാറ്റിന്റെ കൂടെ കൊടു ക്കുമ്പോഴാണ് കൂടുതൽ. കരൾ രോഗവും ഉണ്ടാകാം.

ഫൈബ്രിക് ആസിഡ് (ജെംഫിബ്രോസിൽ, ക്ലോഫിബ്രേറ്റ്, ഫിനോ ഫൈബ്രേറ്റ്) റാബ്ഡോമയോലൈസിസ് ഉണ്ടാക്കാം. ഇത് സ്റ്റാറ്റിന്റെ കൂടെ കൊടുക്കുമ്പോഴാണ് കൂടുതൽ അപകട സാദ്ധ്യത. കരൾ രോഗവും ഉണ്ടാകാം. അതുകൊണ്ട് ഫൈബ്രിക് ആസിഡും നിയസിനും സ്റ്റാറ്റിനുകളോടൊപ്പം പൊതുവെ കൊടുക്കാറില്ല. കൊളിസ്റ്ററമിനും (cholestyramine) കോളിസ്റ്റിപോളും (colestipol) സ്റ്റാറ്റിനുമായി കുട ലിൽവെച്ച് യോജിക്കുന്നതിനാൽ സ്റ്റാറ്റിന്റെ വലിച്ചെടുക്കൽ കുറയുന്നു. അതു കാരണം ഒരു മണിക്കൂർ മുമ്പോ അല്ലെങ്കിൽ നാലു മണിക്കു റിനു ശേഷമോ ആണ് സ്റ്റാറ്റിൻ കൊടുക്കാറുള്ളത്.

73. ഒന്നു പറയട്ടെ

ജീവിതശൈലി ആരോഗ്യകരമാക്കലാണ് കാതലായ പ്രശ്നം. ലാബിൽ കൊളസ്ട്രോൾ പരിശോധിച്ച് മെഡിക്കൽ ഷോപ്പിൽനിന്ന് മരുന്ന് സ്വയം ചികിത്സയ്ക്കും ആരോഗ്യതീരുമാനങ്ങളിലേക്കും തുനിയുന്നത് വളരെ അപകടകരമാണ്. അറിവ് മനസ്സിന്റെ പശ്ചാത്തല മായിരിക്കട്ടെ. അത് പ്രയോജനം ചെയ്യും. ചികിത്സാതീരുമാനങ്ങൾ നിങ്ങ ളുടെ പ്രിയഡോക്ടറുമായി ചർച്ചയ്ക്കുശേഷം മാത്രം തീരുമാനിച്ചാലും.

റഫറൻസുകൾ

Cholesterol

1. Executive summary of the Third Report of the National Cholesterol Education Program (NCEP) Expert Panel on Detection, Evaluation and Treatment of High Blood Cholesterol in Adults (Adult Treatment Panel III). National Heart, Lung, and Blood Institute. http://www.nhlbi.nih.gov/guidelines/cholesterol/atp3xsum.pdf. Accessed May 28, 2010.
2. Cholesterol medications. American Heart Association. http://www.americanheart.org/presenter.jhtml?identifier=3044771. Accessed May 28, 2010.
3. Cholesterol-lowering drugs. American Heart Association. http://www.americanheart.org/presenter.jhtml?identifier=163. Accessed May 28, 2010.
4. Statins. National Heart, Lung, and Blood Institute. http://www.nhlbi.nih.gov/chd/meds1.htm. Accessed May 28, 2010.
5. Bile acid sequestrants. National Heart, Lung, and Blood Institute. http://www.nhlbisupport.com/chd1/meds2.htm. Accessed May 28, 2010.
6. Nicotinic acid. National Heart, Lung, and Blood Institute. http://www.nhlbisupport.com/chd1/meds3.htm. Accessed May 28, 2010.
7. Fibrates. National Heart, Lung and Blood Institute. http://www.nhlbisupport.com/chd1/meds4.htm. Accessed May 28, 2010.

8. Koski RR. Omega-3-acid ethyl esters (Lovaza) for severe hypertriglyceridemia. Pharmacy and Therapeutics. 2008;33:271. American Heart Association http://www.americanheart.org
National Center 7272 Greenvilee Avenue
Dallas, Texas 75231
800-AHA-USA1
Heart Information Network
http://www.heartinfo.org
National Heart, Lung, and Blood Institute
Cholesterol (Food and Drug Administration)
High Blood Cholesterol: What You Need to Know (National Heart, Lung, and Blood Institute)
High Cholesterol: Understand Your Risks(Centers for Disease Control and Prevention)
High Cholesterol(American Academy of Family Physicians)
Levels of Cholesterol(American Heart Association)

Statins

1. Rosenson RS. Lipid lowering with statins. http://www.uptodate.com/index. Accessed Dec. 16, 2009.

2. Pignone M. Treatment of lipids (including hypercholesterolemia) in primary prevention. http://www.uptodate.com/index. Accessed Dec. 16, 2009.

3. Rosenson RS. Treatment of lipids (including hypercholester-olemia) in secondary prevention. http://www.uptodate.com/in-dex. Accessed Dec. 16, 2009.

4. Miller ML, et al. Muscle injury associated with lipid lowering drugs. http://www.uptodate.com/index. Accessed Dec. 16, 2009.

5. Sewright KA, et al. Statin myopathy: Incidence, risk factors and pathophysiology. Current Atherosclerosis Reports. 2007;9:389.

6. Cholesterol-lowering drugs. American Heart Association. http://americanheart.org/presenter.jhtml?identifier=163. Accessed Dec. 16, 2009.

7. Rosenson RS. Treatment of drug-resistant hypercholesterolemia. http://www.uptodate.com/index. Accessed Dec. 16, 2009.

8. Robinson JG. Models for describing relations among the various statin drugs, low-density lipoprotien cholesterol lowering, pleio-tropic effects, and cardiovascular risk. Journal of the American College of Cardiology. 2008;101:1009.

9.   Liu PY, et al. Evidence for statin pleiotropy in humans. Circulation. 2009;119:131.

Thyroid

Asvold, Bjorn O., et. al.. "Thyrotropin Levels and Risk of Fatal Coronary Heart Disease: The HUNT Study."Archives of Internal Medicine. 168. 2008. 855 - 860.

Asvold, Bjorn O., et. al.. "The Association Between TSH Within the Reference Range and Serum Lipid Concentrations in a Population-Based Study: The HUNT Study." European Journal of Endocrinology. 156. 2007.181 - 186.

Diekman, T., et. al.. "Prevalence and Correction of Hypothyroidism in a Large Cohort of Patients Referred for Dyslipidemia." Archives of Internal Medicine. 155. 1995. 1490 - 1495.

O'Brien, T., et. al. "Hyperlipidemia in Patients With Primary and Secondary Hypothyroidism." Mayo Clinic Proceedings. 68. 1993. 860 - 866.

Ross, Douglas S. "Diagnosis of and Screening for Hypothyroidism." UpToDate.com. 2008. UpToDate. 3 May 2008. <http://www.uptodate.com/online/content topic. do? topicKey = thyroid 9963&selectedTitle=1~150& source= search_result > (subscription).

Ross, Douglas S. "Lipid Abnormalities in Thyroid Disease." UpToDate.com. 2008. UpToDate. 3 May 2008. <http://www.uptodate.com/online/content/topic.do?topicKey=thyroid/21252&selectedTitle=1~150&source=search_result> (subscription)

Ross, Douglas S. "Overview of the Clinical Manifestations of Hyperthyroidism in Adults." UpToDate.com.2008. UpToDate. 5 May 2008. <http://www.uptodate.com/online/content/topic.do?topicKey=thyroid/15081& selected Title=1~150& source = search_result> (subscription)

ഗ്ലോസ്സറി

സ്റ്റിറോയ്ഡ് (steroid)

സൈക്ലോആൽകെയിൻ ചക്രങ്ങളുള്ള യൗഗികം. കോളസ്റ്റെ റോൾ, ലൈംഗിക ഹോർമോണുകൾ, ഈസ്ട്രഡയോൾ. ടെസ്ടാസ്ടെ റോ, ഡെക്സാമിത്തസോൺ എന്നിവ.

ഐസോപ്രിനോയ്ഡുകൾ (isoprenoids)

ടർപിനോയ്ഡുകൾ എന്നും പറയുന്നു. പ്രകൃതിയിൽ കാണപ്പെ ടുന്ന ലിപ്പിഡുകളുടെ പ്രാക് രൂപം. എല്ലാത്തരം ജീവജാലങ്ങളിലും കാണ പ്പെടുന്നു.

അസെറ്റെൽ കൊഎൻസൈം എ (acetyl co enzyme A)

ചയാപചയത്തിലെ സുപ്രധാന പങ്കാളി. ചുക്കില്ലാകഷായമില്ല എന്ന പോലെ മിക്ക ജൈവരാസമാറ്റങ്ങളിലും കാണാം. ക്രെബ്സ് സിട്രിക് സൈക്കിളിൽ കാർബൺ ആറ്റം കൊടുക്കലാണ് പ്രധാന പണി. തുടർന്ന് ഓക്സീകരണം നടക്കുന്നതോടെ ഊർജ്ജം ഉല്പാദിപ്പിക്കപ്പെടുന്നു. അസെറ്റിക് അമ്ലത്തിനും തയോ എസ്റ്ററിനും കൊ എൻസൈമിനും ഇട യിലുള്ള ഘടന. കോശത്തിലെ ശ്വസനത്തിൽ മൈടോകോൺഡ്രിയയിൽ വെച്ച് പൈറൂവേറ്റ് ഡികാർബിക്സിലേഷനിലൂടെ ഇത് രൂപം പ്രാപിക്കുന്നു

അസെറ്റോഅസെറ്റെൽ കൊഎൻസൈം എ (aceto acetyl co enzyme A)

എച്ച് എം ജി കൊ-കൊഎൻസൈം എയുടെ മുൻഗാമി. എച്ച് എം

ജി കൊ-കൊ എന്‍സൈം എ ആകട്ടെ മെവലോനേറ്റിന്റെ മുന്‍ഗാമി
യാണ്. കാറ്റോ ഉല്പാദനത്തിലും കൊളസ്ട്രോള്‍ ഉല്പാദനത്തിലും
മുന്‍ഗാമി.

എച്ച് എം ജി കൊഎന്‍സൈം എ റിഡക്ടേസ് (HMG co enzyme A reductase)

HMGCR നിരക്ക് നിര്‍ണ്ണയിക്കുന്ന എന്‍സൈം ആണ്. മെവലോ
നേറ്റ് പാതയിലെ സുപ്രധാന കണ്ണി.

കീറ്റോസിസ് (ketosis)

കീറ്റോ ബോഡികള്‍ കൂടുന്ന അവസ്ഥ. ശരീരമെല്ലാം വ്യാപിക്കുന്നു.
കരളിലെ ഗ്ലൈക്കോജനില്‍നിന്നും ഉണ്ടാകുന്നു. ഇവ അസെറ്റോ അസ
റ്റേറ്റും, ബീറ്റ ഹൈഡ്രോക്സി ബ്യൂട്ടിറേറ്റും ആണ്. ഊര്‍ജ്ജോല്പാദന
ത്തിന് ആവശ്യമാണ്. ഉപയോഗിക്കാതെ അടിഞ്ഞു കൂടിയാല്‍ ആപത്ത്.
ഉദാഹരണമായി പ്രമേഹം ശരിക്ക് ചികിത്സിക്കാതെ വരുമ്പോള്‍.

കൊളസ്ട്രോള്‍ പ്രൊഫൈല്‍ (Lipid profile)

ആകെയുള്ള കൊളസ്ട്രോള്‍, ഹൈ ഡെന്‍സിറ്റി ലൈപ്പോപ്രോട്ടീന്‍
കൊളസ്ട്രോള്‍, ലോ ഡെന്‍സിറ്റി ലൈപ്പോപ്രോട്ടീന്‍ കൊളസ്ട്രോള്‍,
വെരി ലോ ഡെന്‍സിറ്റി ലൈപ്പോപ്രോട്ടീന്‍ കൊളസ്ട്രോള്‍, ട്രൈഗ്ലിസ
റൈഡുകള്‍ എന്നിവ ഒരുമിച്ച് പരിശോധിക്കുന്ന രക്തപരിശോധനയാ
ണിത്. ഹൈപ്പര്‍ലിപ്പിഡീമിയ, പാന്‍ക്രിയറ്റൈറ്റിസ് എന്നീ രോഗസാദ്ധ്യ
തകളെക്കുറിച്ച് പഠിക്കാനിത് ഉപയോഗിക്കുന്നു.

വി എല്‍ ഡി എല്‍ ലൈപ്പോപ്രോട്ടീന്‍ (VLDL Lipoprotein)

ഇത് കരളില്‍ ഉല്പാദിപ്പിക്കപ്പെടുന്ന ഒരുതരം ലൈപ്പോപ്രോട്ടീനാണ്.
ഇതില്‍ ട്രൈഗ്ലിസറൈഡുകള്‍, കൊളസ്ട്രോള്‍, അപ്പോലൈപ്പോപ്രോ
ട്ടീന്‍ എന്നിവ അടങ്ങിയിരിക്കുന്നു. ഇത് രക്തത്തില്‍വെച്ച് കോശങ്ങളുടെ
ഊര്‍ജ്ജാവശ്യത്തിനായി ട്രൈഗ്ലിസറൈഡ് നഷ്ടപ്പെടുന്നതോടെ ലോ
ഡെന്‍സിറ്റി ലൈപ്പോപ്രോട്ടീനായി മാറുന്നു.

ഓക്സിസ്റ്ററോള്‍ (Oxysterol)

കൊളസ്ട്രോള്‍ ഓക്സീകരിക്കപ്പെട്ട അവസ്ഥ. ഇത് കോശങ്ങളുടെ
പല പ്രവര്‍ത്തനങ്ങള്‍ക്കും ആവശ്യമാണ്.

അഥിരോസ്ക്ളിറോസിസ് (atherosclerosis)

കൊളസ്ട്രോള്‍ ധമനികളില്‍ പറ്റിപ്പിടിക്കുന്നതിനാല്‍ ഉണ്ടാകുന്ന

അവസ്ഥ. ലോ ഡെൻസിറ്റി ലൈപ്പോപ്രോട്ടീൻ കൊണ്ടുവരുന്ന കൊള സ്ട്രോൾ മാക്രൊഫാജ് ശ്വേതരക്താണുക്കൾ എന്നിവ ഇതിൽ പ്രവർ ത്തിക്കുന്നു.

സ്റ്ററോൾ റെഗുലേറ്ററി എലമെന്റ് ബൈൻഡിങ് പ്രോട്ടീനുകൾ

ഡി എൻ എ യോട് ചേരുന്ന ട്രാൻസ്ക്രിപ്ഷൻ ഫാക്ടറാണ് ഇത്.

ഹൈ ഡെൻസിറ്റി ലൈപ്പോപ്രോട്ടീൻ

ഏറ്റവും വലിയ ലൈപ്പോപ്രോട്ടീനാണ്. ലൈപ്പോപ്രോട്ടീനുകളിൽ 30 ശതമാനം ഇതാണ്. ഇത് കൂടുതലുണ്ടാകുന്നത് ആരോഗ്യകരമാണ്.

ട്രൈഗ്ലിസറൈഡുകൾ

ഗ്ലിസറോളും കൊഴുപ്പും ചേർന്ന എസ്റ്ററാണിത്. ഇതിൽ സാച്ചുറേ റ്റഡും അല്ലാത്തതുമുണ്ട്.

അപ്പോപ്രോട്ടീൻ (apoprotein)

അപ്പോലൈപ്പോപ്രോട്ടീൻ എന്ന പ്രോട്ടീൻ കൊഴുപ്പിലലിയുന്ന കൊളസ്ട്രോൾ കൊഴുപ്പും ചേർന്ന് ലിംഫ് പാതയിലൂടെയും സിരകളി ലൂടെയും സഞ്ചരിക്കുന്നു.

ഫ്രീ റാഡിക്കൽ (free radical)

റാഡിക്കലെന്നും പറയുന്നു. ഇവ ആറ്റവും മോളിക്യൂളും അയോണും രൂപത്തിൽ ചട്ട തുറന്ന് അതിന്റെ ധന ഋണ ചാർജ്ജുക ളോടെ പ്രവർത്തിക്കുന്നു. രാസപ്രവർത്തനം നടത്തുന്നു എന്നതാണ് ഇവ യുടെ പ്രാധാന്യവും പ്രത്യേകതയും. ഇവ അന്തരീക്ഷ രസതന്ത്രം, പ്ലാസ്മ (plasma) രസതന്ത്രം, പോളിമറൈസേഷൻ (polymerization) എന്നിവയിൽ പ്രവർത്തിക്കുന്നു. ജീവികളിൽ സൂപ്പറോക്സൈഡും, നൈട്രിക് ഓക്സൈഡും-(superoxide,nitric oxide) ഉണ്ടാക്കി രക്തസ മ്മർദ്ദം തുടങ്ങിയവ നിയന്ത്രിക്കുന്നതിൽ പങ്കുവഹിക്കുന്നു.

ലോ ഡെൻസിറ്റി ലൈപ്പോപ്രോട്ടീൻ

അഞ്ചു തരം ലൈപ്പോപ്രോട്ടീനുകളിൽ പ്രധാന ഇനം. പല കൊഴു പ്പുകളടക്കം കൊളസ്ട്രോളും ചുമന്നു കൊണ്ടുപോകുന്നു. ഇത് കൂടുത ലായാൽ ഹൃദ്രോഗവും സ്ട്രോക്കും വരാൻ സാദ്ധ്യത കൂടുന്നു, ഹൈ ഡെൻസിറ്റി ലൈപ്പോപ്രോട്ടീൻ ധർമ്മു വിപരീതമായി ഈ രോഗങ്ങൾ വരാതെ നോക്കുന്നു.

മുഫ

ഒറ്റ ഡബിൾ ബോണ്ടുള്ള മോണോ അൺസാച്ചുറേറ്റഡ് ഫാറ്റ്.

സാച്ചുറേറ്റഡ് കൊഴുപ്പുകൾ

ഇതിലെ ട്രൈഗ്ലിസറൈഡുകളിൽ സാച്ചുറേറ്റഡ് കൊഴുപ്പ് ഉണ്ട്. ഇവ യിൽ ഡബിൾ ബോണ്ടില്ല. എല്ലാ കാർബൺ ആറ്റങ്ങളും ഹൈഡ്രജൻ ആറ്റംകൊണ്ട് നിറഞ്ഞിരിക്കും. ഒട്ടും ഒഴിവില്ല. ഇവകളിൽ 3 മുതൽ 36 കാർബൺ ആറ്റങ്ങൾവരെ ഉണ്ട്.

പെക്ടിൻ (pectin)

സസ്യങ്ങളിലെ കോശഭിത്തിയിൽ കാണുന്ന ഹാറ്ററോ പോളി സാക്കറൈഡാണിത്. 1825 ൽ ഇത് ഹെൻറി ബ്രാകോനോട്ട് വേർതിരിച്ചെ ടുത്തു. ഇത് നാരങ്ങപോലുള്ള സിട്രസ് പഴങ്ങളിൽ സുലഭമാണ്. ജാമിലും ജെല്ലിയിലും ഉപയോഗിക്കുന്നു. ഭക്ഷ്യത്തിലെ സുപ്രധാനമായ നാരാണിത്. ഇത് കൊളസ്ട്രോൾ കുറയ്ക്കാൻ നിരുപദ്രവകരമായി സഹായിക്കുന്നു.

ട്രാൻസ് (trans) കൊഴുപ്പുകൾ

ഇതിൽ കൊഴുപ്പിന്റെ ട്രാൻസ് ഐസോമർ (trans isomer) ഉണ്ട്. ഇത് പ്രകൃത്യാ ഉണ്ടാകുന്നതല്ല, ഭക്ഷണം സംസ്കരിക്കുമ്പോൾ ഉണ്ടാ കുന്നതാണ്. ഇത് കൊറോണറി രോഗത്തിന് കാരണമായേക്കാം. ഇത് ലോ ഡെൻസിറ്റി ലൈപ്പോപ്രോട്ടീൻ കൊളസ്ട്രോൾ കൂടുന്നതുകൊ ണ്ടാണ് സംഭവിക്കുന്നത്. അതോടൊപ്പം ഹൈ ഡെൻസിറ്റി ലൈപ്പോ പ്രോട്ടീൻ കൊളസ്ട്രോൾ കുറയുന്നു.

നിയാസിൻ (niacin)

ഇത് വിറ്റാമിൻ ബി3 എന്നും അറിയപ്പെടുന്നു. പാൻഡമിക് ഡെഫി ഷ്യൻസിയിൽ ഇതും ഉൾപ്പെടുന്നു. ഇത് കൊളസ്ട്രോൾ കുറയ്ക്കുവാനും ഹൈ ഡെൻസിറ്റി ലൈപ്പോപ്രോട്ടീൻ കൊളസ്ട്രോൾ കൂട്ടുവാനും ഉപക രിക്കുന്നു.

സസ്യസ്റ്റെറോളുകൾ

സസ്യങ്ങളിലെ കൊളസ്ട്രോൾ. കാർബൺ സൈഡ് ചെയിൻ ഡബിൾ ബോണ്ട് എന്നിവയിൽ മാത്രമേ വ്യത്യാസമുള്ളൂ. ഇതിന് കൊള സ്ട്രോൾ കുറയ്ക്കാൻ കഴിവുണ്ട്.

മില്ലിമോൾ/ലിറ്റർ

രസതന്ത്രത്തിൽ സാന്ദ്രത c1 അളക്കുവാനുപയോഗിക്കുന്നു. അട ങ്ങിയ വസ്തുവിനെ n1 എന്നും മാത്രയെ V ആയും എടുത്താൽ ഫോർമുല ആയിരിക്കും.

സ്ട്രോക്

ഇതിന്റെ ഭാഷാർത്ഥം അടി, ആഘാതം എന്നൊക്കെയാണ്. മസ്തിഷ്ക പ്രവർത്തനം ഇവിടെ പെട്ടെന്ന് നിലയ്ക്കുന്നു. ഇത്

1 ത്രോംബോസിസ് എന്ന രക്തം കട്ടയാവൽ,

2 ഹിമൊറേജ് എന്ന ധമനി പൊട്ടി രക്തം ഒഴുകൽ,

3 എംബോളിസം എന്ന രക്തക്കട്ട വന്ന് ധമനി അടയൽ എന്നിവകൊണ്ടാവാം.

പെട്ടെന്ന് ഒന്നും മനസ്സിലാകാതാവൽ, ഒരു വശം കാഴ്ച പോകൽ, സംസാരിക്കാൻ പറ്റാതാകൽ, പക്ഷാഘാതം എന്നിവയാണ് ലക്ഷണ ങ്ങൾ. ഇവയിൽ ആദ്യകാരണം കൊണ്ടാണെങ്കിൽ കുറച്ച് സാവകാശ ത്തിലായിരിക്കും ലക്ഷണങ്ങൾ ഉണ്ടാവുക. മറ്റു രണ്ടു കാരണങ്ങൾ കൊണ്ടാണെങ്കിൽ പെട്ടെന്നായിരിക്കും.

ജീനുകൾ (genes)

പാരമ്പര്യത്തിന്റെ മോളിക്യൂൾ രൂപമാണിത്. ഡി എൻ എ യും ആർ എൻ എ യും പോളിപെപ്ടൈഡിലൂടെ ആർ എൻ എയിലേക്ക് സന്ദേശ ങ്ങൾ അയച്ച് പ്രോട്ടീനുകളെ ഉല്പാദിപ്പിക്കുന്നു.

ഒമേഗ-3 ഫാറ്റി ആസിഡ് (omega 3 fatty acid)

ഇത് കടൽ മത്സ്യത്തിലും സസ്യ എണ്ണയിലും കാണപ്പെടുന്നു. ഡബിൾ ബോണ്ടുള്ള പോളി അൺസാച്ചുറേറ്റഡ് കൊഴുപ്പ് അമ്ലമാണിത്. ഒരറ്റത്ത് COOH ആസിഡും മറുവശത്ത് CH_3 മിത്തിൽ ഭാഗവുമാണ്. ഇവിടെയാണ് ഡബിൾ ബോണ്ട് ഉള്ള ഒമേഗ അറ്റം.

പുഫ

ഒറ്റ ഡബിൾ ബോണ്ടുള്ള മോണോഅൺസാച്ചുറേറ്റഡ് ഫാറ്റ് (monounsturated fat) ആണ് മുഫ. ഒന്നിൽ കൂടുതലാണെങ്കിൽ പോളി അൺസാച്ചുറേറ്റഡ് ഫാറ്റി ആസിഡ് എന്ന പുഫയാകും.

നൈട്രോഗ്ലിസറിൻ (nitroglycerine)

ട്രൈനൈട്രോഗ്ലിസറിൻ തുടങ്ങിയ പേരുകളിൽ അറിയപ്പെടുന്ന, ഭാരം കൂടിയ, പൊട്ടിത്തെറിക്കാവുന്ന ദ്രാവകം. ചികിത്സയിൽ അഞ്ചെ നയ്ക്കും ഹാർട്ട് ഫെയിലിയറിലും ഉപയോഗിക്കുന്നു.

ഹൈപ്പോ തൈറോയ്ഡിസം (hypothyroidism).

തൈറോയ്ഡ് ഗ്രന്ഥി ആവശ്യത്തിന് ഹോർമോൺ ഉല്പാദിപ്പി ക്കാത്ത അവസ്ഥ. അയഡീൻ പോരായ്മയാണ് സാധാരണ കാരണം. കുട്ടികളിൽ ഇത് ക്രെറ്റനിസം എന്ന വളർച്ച മുരടിക്കുന്ന രോഗം ഉണ്ടാ ക്കുന്നു.

ഹൈപ്പർ തൈറോയ്ഡിസം (hyperthyroidism)

തൈറോയ്ഡ് ഹോർമോൺ കൂടുതലായി ഉല്പാദിപ്പിക്കപ്പെടുന്ന അവസ്ഥ. ഇത് തൈറോടോക്സികോസിസ് ഉണ്ടാക്കുന്നു.

തൈറോയ്ഡ് സ്റ്റിമുലേറ്റിങ് ഹോർമോൺ (thyroid stimulating harmone)

തൈറോട്രോഫിൻ എന്നും അറിയപ്പെടുന്നു. മസ്തിഷ്കത്തിലെ ആന്റീരിയർ പിറ്റ്യൂറ്ററി ഗ്രന്ഥിയിലെ തൈറോട്രോപ് കോശങ്ങളാണിത് ഉല്പാദിപ്പിക്കുന്നത്. ഇത് തൈറോയ്ഡ് ഗ്രന്ഥിയുടെ പ്രവർത്തനത്തെ നിയന്ത്രിക്കുന്നു.

പദസൂചി

പ്ലാക്കുകൾ
ഹാർട്ട് അറ്റാക്ക്
മയോകാർഡിയൽ ഇൻഫാർഷൻ
ലെഫ്ട് ആന്റീരിയർ ഡിസൻഡിങ് ധമനി
ഹൃദയാഘാത നെഞ്ചുവേദന
ആസ്പിരിൻ ഗുളിക
കാർഡിയോ പൾമണറി റിസസ്സിറ്റേഷൻ
ഡിഫിബ്രില്ലേറ്റർ
നാരുകളുള്ള ഭക്ഷണം
ചുവന്ന മാംസം
വെള്ളയിറച്ചി
ഒലിവ് എണ്ണ
കനോല എണ്ണ
പെക്ടിൻ
ടാൻസ് കൊഴുപ്പ്
ഓട്സ്, നട്സ്, ഫ്രൂട്സ്
വെളുത്തുള്ളി
ഇഞ്ചി
പുളി
കരയാമ്പു
വെളുത്തുള്ളി
ബെറികൾ
കുടുംബചരിത്രം
അമിതഭാരം
വ്യായാമമില്ലായ്മ
വൈൻ
ഭക്ഷണത്തിലെ ഉപ്പ്
ഫ്രെഞ്ച് വൈരുദ്ധ്യം
കൊഴുപ്പിന്റെ കുഴപ്പങ്ങൾ
ഉൽക്കണ്ഠയും വിഷാദവും
ദന്തരോഗം
ഫ്ലോസ്
വിറ്റമിൻ
കഠിനമായ വ്യായാമം.
ഭക്ഷണം 5
വ്യായാമം 10
ട്രാൻസ് 3 കൊഴുപ്പ്
തെറാപ്യൂട്ടിക് ലൈഫ് സ്റ്റൈൽ ചെയ്ഞ്ചസ് പ്രോഗ്രാം
അടോർവസ്റ്റാറ്റിൻ

വൃക്കപ്രവർത്തനം
പേശിപ്രവർത്തനം
തൈറോയ്ഡ് പ്രവർത്തനം
പ്രതിപ്രവർത്തനങ്ങൾ
അലൂമിനിയം ഹൈഡ്രോക്സൈഡ്
അമിയോഡറോൺ
അമ്ലോഡിപ്പിൻ
അറ്റസാനവീർ
സൈക്ളോസ്പോറിൻ
സിമടിഡീൻ
ക്ളാരിത്രോമൈസീൻ
കൊളിസ്ടിപോൾ
ഡാരുണാവീർ
ഡിലാവിർദീൻ
ഡിജോക്സീൻ
ഡിൽഷ്യസെം
ഇഫാവിരെൻസ്
എരിത്രോമൈസിൻ
എത്തിനിൽഈൗസ്ട്രാഡയോൾ
എസറ്റിമൈബ്
ഫിനോഫൈബ്രേറ്റ്
അടോർവ സ്റ്റാറ്റിൻ(ലിപിടോർ)
ഫ്ളുവ സ്റ്റാറ്റിൻ(ലെസ്കോൾ)
ലോവ സ്റ്റാറ്റിൻ(മെവാകൊർ)
പ്രവസ്റ്റാറ്റിൻ(പ്രവകൊൾ)
റോസുവസ്റ്റാറ്റിൻ(ക്രെസ്റ്റോർ)
സിംവസ്റ്റാറ്റിൻ(സോകോർ)
പിറ്റവസ്റ്റാറ്റിൻ(ലിവാലൊ)
ക്രോണിക് റിനൽ ഇൻസഫിഷ്യൻസി ഒബ്സ്ട്രക്ടീവ് കരൾ രോഗം
അർബുദം
കുഷിങ് രോഗം
ഗർഭനിരോധന ഗുളികകൾ
ഡൈയൂറിക് മരുന്നുകൾ
ബീറ്റ ബ്ലോക്കർ
ഹൈപ്പോതൈറോയ്ഡിസം
ഹൈപ്പർതൈറോയ്ഡിസം
ഫെമിലിയൽ ഹൈപ്പർകോളസ്ട്രെലീമിയ
ഫെമിലിയൽ ഹൈപ്പർകൈലോമൈക്രോണീമിയ
ഡിസ്ബീറ്റലൈപ്പോപ്രോട്ടിനീമിയ

പ്രവാസ്റ്റാറ്റിന്‍
സിംവാസ്റ്റാറ്റിന്‍
ഫൈബ്രേറ്റുകള്‍
ഒമേഗാ ഫേറ്റി ആസിഡ്
ട്രൈഗ്ലിസറൈഡുകള്‍
എസെറ്റിമൈബ്
കൊറോണറി ധമനി രോഗം
കൊളിസ്റ്റിയറമിന്‍
കൊളിസ്റ്റിപോള്‍
എച്ച് എം ജി കൊ എന്‍സൈം റിഡക്ടേസ് ഇന്‍ഹിബിറ്റേഴ്സ്
പ്രോബുകോള്‍
വിഷാദരോഗം
ഹൈപ്പര്‍തൈറോയ്ഡിസം
തൈറോക്സീന്‍
ട്രൈഅയയഡോതൈറോണീന്‍(ടി3)
ടി എസ് എച്ച് എന്ന തൈറോയ്ഡ് സ്റ്റിമുലേറ്റിങ് ഹോര്‍മോണ്‍
തൈറോക്സീന്‍
അടോര്‍വസ്റ്റാറ്റിന്‍
ഫ്ളുവസ്റ്റാറ്റിന്‍
ലൊവസ്റ്റാറ്റിന്‍
പ്രവസ്റ്റാറ്റിന്‍
റോസുവസ്റ്റാറ്റിന്‍
സിംവസ്റ്റാറ്റിന്‍
മയോസൈറ്റിസ്
പ്രൊട്ടിയേസ് ഇന്‍ഹിബിറ്റേഴ്സ്
എരിത്രോമൈസിന്‍
ഇത്രാക്കൊണാസോള്‍
ക്ലാരിത്രോമൈസിന്‍
ഡില്‍ഷ്യാസം
വെരപൊമില്‍
റാബ്ഡോമയോലൈസിസ്

www.ingramcontent.com/pod-product-compliance
Lightning Source LLC
LaVergne TN
LVHW040042150726
843364LV00038B/975